# VIỆC LINH HƯỚNG CỦA MỘT CHA XỨ

## DỰA TRÊN
## VIỆC SỐNG TỐT VÀ LÀM TỐT

Lm. J. Ronald Knott

Dịch giả:
Lm. Nguyễn Xuân Thuỷ và Nhóm Dịch Thuật

Sophronismos Press
Louisville, Kentucky, USA

# VIỆC LINH HƯỚNG CỦA MỘT CHA XỨ:

## *DỰA TRÊN VIỆC SỐNG TỐT VÀ LÀM TỐT*

Thêm thông tin về địa chỉ:
Sophronismos Press
1271 Parkway Gardens Court #106
Louisville, Kentucky 40217

In lần thứ nhất: tháng 9 năm 2007.

ISBN: 978-0-9962445-2-7

# Cùng một tác giả

## BOOKS FOR CLERGY

**INTENTIONAL PRESBYTERATES:**
*Claiming Our Common Sense of Purpose as Diocesan Priests*;
(Spanish and Swahili editions available)

**FROM SEMINARIAN TO DIOCESAN PRIEST:**
*Managing a Successful Transition*
(Spanish edition available)

**THE SPIRITUAL LEADERSHIP OF A PARISH PRIEST:**
*On Being Good and Good At It*
(Spanish edition available)

**INTENTIONAL PRESBYTERATES:** *The Workbook*

**A BISHOP AND HIS PRIESTS TOGETHER:**
*Resources for Building More Intentional Presbyterates*

**THE CHARACTER OF A PASTOR IN EXERCISING AUTHORITY**

**PERSONAL GROWTH PLAN:** *A Handbook for Priests*

## HOMILIES / SPIRITUALITY

**AN ENCOURAGING WORD:** *Renewed Hearts, Renewed Church*

**ONE HEART AT A TIME:**
*Renewing the Church in the New Millennium*

**SUNDAY NIGHTS:** *Encouraging Words for Young Adults*

**AFFIRMING GOODNESS**
*A collection of memorable articles & inspirational quotes from eleven
years of An Encouraging Word*

**A PASSION FOR PERSONAL AND VOCATIONAL EXCELLENCE:**
*A Dozen Bellarmine University Baccalaureate Exhortations*

## FOR THE RECORD BOOK SERIES

**FOR THE RECORD:**
*Encouraging Words for Ordinary Catholics, Volumes I - XIII;*

Để có thêm thông tin về sách của Cha Knott xin truy cập
website: www.ronknottbooks.com

# Lời Đề Tặng

Tới các tu sĩ thuộc Tu viện Saint Meinrad Archabbey, những người đã đào tạo tôi trở thành một Linh mục (1964-1970), những người đã gây cảm hứng cho tôi, tin tưởng và dạy những gì tôi đã học được để trở thành một Linh mục.

# Lời Cảm Ơn

Tôi xin cám ơn những người đã làm việc trên các bản thảo gốc bằng tiếng Anh: Chị Kathryn Cone, người đọc bản thảo, chỉnh sửa và đưa ra những góp ý và khuyến khích có giá trị xây dựng. Tôi cũng muốn cảm ơn Cha Larry Richardt, người đọc bản thảo và cho tôi những ý kiến có giá trị, cũng như Cha Randy Summers, người phác họa các bức ảnh của trang bìa.

Cám ơn Cha Giuse Nguyễn Xuân Thủy, thuộc Tổng Giáo phận Regina, Canada, người đã hoàn thành bản dịch tiếng Việt này và làm cho nó được xuất bản tới bạn đọc. Cuối cùng, một lời tri ân đến nhóm Linh mục tại Việt Nam, những người đầu tiên đã làm việc trên bản dịch này, nhưng tôi đã mất liên lạc. Mong rằng qua cuốn sách này, họ sẽ tìm được cách liên hệ với tôi.

*Thay vì tốn thời gian để khoe khoang với mọi người tôi thánh thiện như thế nào, tôi bị thách đố để chỉ ra người ta thánh thiện như thế nào.*

Joseph R. Veneroso, Tạp chí, MM Maryknoll, 5 - 1966

# Mục lục

# LỜI TỰA

*"Nhiều quan sát viên kỳ cựu về Giáo hội nhấn mạnh rằng nhu cầu cấp thiết nhất mà Giáo Hội Công giáo hôm nay phải đương đầu là phẩm chất sự lãnh đạo của các Linh mục."*
Donald B. Cozzens[1]

Tất nhiên Linh mục không chỉ là những vị linh hướng trong Giáo Hội nhưng các ngài còn là những linh hướng trong tuyến đầu của Giáo Hội. Không Linh mục nào thực hiện vai trò linh hướng của mình trong sự cô lập – tách rời Giám mục, những Linh mục khác, các Phó tế và chắc chắn các giáo dân – nhưng trong sự cộng tác với mọi thành phần ấy. Không có linh hướng của giáo dân, linh hướng của các Linh mục không thể hoàn thành hiệu quả trọn vẹn. Quyền và nghĩa vụ thực hiện linh hướng là chung cho hết thảy tín hữu, giáo sĩ và giáo dân.

Vì cuốn sách này chú trọng linh hướng của các Linh mục nên dù sao nó sẽ không giải thích như một sự coi nhẹ linh hướng của những người khác trong Giáo Hội. Giáo Hội không thể hoạt động mà không có linh hướng của các Giám mục, các Linh mục, các Tư tế hoặc giáo dân. Trong Giáo Hội có các hoạt động đa dạng nhưng mục tiêu thì thống nhất. Cuốn sách này muốn chú trọng đến linh hướng của các Linh mục, mà không coi thường linh hướng của những người khác trong Giáo Hội.

Tôi đã muốn viết cuốn sách này từ lâu, không phải vì tôi có đủ phẩm chất để viết, nhưng vì tôi cảm thấy có một khoảng trống, một sự thiếu thốn nghiêm trọng về đề tài linh

13

hướng, đặc biệt viết cho các chủng sinh, những người chuẩn bị để được phong chức Linh mục và những người lần đầu sẽ trở thành các Mục tử trong Giáo hội sau khi được phong chức. Cuốn sách này cũng có ích cho những người đã làm linh hướng một thời gian dài nhưng thiếu sự động viên nào đó hoặc những nhận thức sâu xa mới mẻ nào đó.

Có năm lý do đặc biệt để tôi viết cuốn sách này:

Lý do thứ nhất là tôi ngày càng tin chắc rằng một mặt Dân Thiên Chúa muốn các Linh mục của họ trở thành những người linh hướng hơn ai hết, nhưng mặt khác họ ngày càng thất vọng. Tôi nói điều này không phải vì tôi hay chỉ trích, nhưng vì tôi đã ở trong nhiều hoàn cảnh có thể nghe thấy những thông điệp ấy: là một linh mục chuyên trách việc đón nhận những người Công giáo lạc đường trở lại trong mười bốn năm, rồi là giám đốc ơn gọi, tôi đã thăm viếng hơn một trăm giáo xứ, phụ trách một chuyên mục trên tờ báo của giáo phận suốt năm năm, rồi làm giám đốc của *Học viện Đào tạo Linh mục* Saint Meinrad.

Trong hội nghị hàng năm của các Linh mục ở Louisville, được tổ chức bởi *Học Viện Linh Mục*, hai giáo dân trình bày những kết quả nghiên cứu cá nhân về tỉ lệ trung bình của người Công giáo từ các nơi quanh giáo phận. Hội nghị các Linh mục trong các giáo phận khác quanh vùng đều có những bài trình bày tương tự được đưa ra.

Theo một báo cáo mới về các sự kiện trong tờ *The Record*, một tuần báo của Tổng Giáo phận Louisville đề ngày 16 tháng sáu, 2006 " (Giáo dân) muốn các Linh mục của họ trở thành những người linh hướng, có ích cho giáo dân, có một tình yêu dành cho Đức Ki-tô và chăm sóc mọi người. Họ muốn các ngài vui tươi niềm nở. Họ mong muốn các Linh mục yêu thương công việc của mình, đặt tác vụ trên nền tảng sự cầu nguyện; có những bài giảng tốt; quan

14

tâm đến việc đào tạo tôn giáo cho trẻ em và người lớn; dạy dỗ các niềm tin Công giáo; trở thành một thành viên của giáo xứ. Trong đó họ phục vụ có sự hiểu biết, có kỹ năng giao tiếp và là một lãnh đạo tốt." Tờ *The Record* tiếp tục cho hay, "Người ta nhận thấy các Linh mục chỉ có thể làm tốt tác vụ, nếu họ trao các trách nhiệm điều hành trong giáo xứ cho những người khác như giáo dân."[2]

Lý do thứ hai tôi viết cuốn sách này là nhiều Linh mục đã khám phá ra rằng việc chuyển giao các nhiệm vụ điều hành cho những người khác không có nghĩa là ngay lập tức họ có được kỹ năng linh hướng đặc biệt. Cân bằng ngân sách thì dễ dàng hơn gợi ý cho cộng đoàn tiến lên một mức độ cao hơn của người môn đệ. Linh hướng là một ơn của Thiên Chúa. Vâng, nhưng nó cũng là một kỹ năng cần phải được phát triển.

Lý do thứ ba tôi viết cuốn sách này là tôi dạy trong một chủng viện. Tôi phải nói rằng các chủng viện của chúng ta đã làm khá tốt công việc đào tạo thiêng liêng cá nhân, nhưng một công việc to lớn là đào tạo Linh mục tương lai thành những người linh hướng thì vẫn chưa làm được. Những người tốt nghiệp rời khỏi chủng viện đã tiếp nhận việc đào tạo thiêng liêng, nhưng không được huấn luyện nhiều về cách đào tạo thiêng liêng cho những người khác, cách trở thành những linh hướng. Một cha xứ chỉ thánh thiện thôi thì chưa đủ, vị ấy còn phải có những kỹ năng để dẫn dắt những người khác tới sự thánh thiện.

Lý do thứ tư tôi viết cuốn sách này có liên quan tới việc tôi là thành viên trong ban đào tạo chủng viện. Nhiều người tốt nghiệp từ chủng viện dường như nghĩ rằng - việc truyền chức và chiếc cổ côn trắng của Roma sẽ làm cho họ trở thành "những người lãnh đạo" trong Giáo Hội. Khi họ khám phá rằng, giáo dân sẽ không đương nhiên phải theo sự hướng dẫn của họ, họ bị nản chí và bối rối khi thấy giáo dân sẽ không làm như họ bảo. Những người mới được thụ phong đôi khi phải vận dụng cách nói cường điệu và hăm he về lý do họ phải được lắng nghe như: "Vì tôi là Linh Mục!" Khi sự thể trở nên tồi tệ, một số hoặc rời bỏ công việc hoặc tìm kiếm những bài sai khác. Thiếu sự hiểu biết, kiểu ứng xử đó thường lặp lại với những kết quả tai hại như nhau.

Một sự kiện khác làm trầm trọng hoàn cảnh này. Người được phong chức càng sớm thì càng trở nên cha xứ sớm hơn, họ thường không có thời gian để vững vàng trong vai trò là người của quần chúng, càng không vững vàng trong vị trí lãnh đạo. Thật không may cho cả với họ và dân Chúa, đẩy họ vào vị trí lãnh đạo mà không hỏi họ phải nắm giữ điều gì để trở thành lãnh đạo, cũng không giúp đỡ họ phát triển những kỹ năng ấy nếu họ không có hoặc không có cơ hội để học biết.

Thứ năm và sau cùng, là một thành viên ban đào tạo chủng viện, dạy một lớp chuyển cấp từ một chủng viện vào chức Linh mục, tôi biết nhiều sáng kiến mới về "quản trị giáo xứ," nhưng có rất ít nguồn tư liệu về "linh hướng." Những cha xứ tương lai này quả thật thuộc mọi độ tuổi, cần được giúp đỡ để trở thành những vị linh hướng, không phải trên danh nghĩa mà thật sự như thế. Nhu cầu to lớn nhưng nguồn tư liệu còn quá ít. Đây là sự đóng góp của tôi cho nhu cầu ấy.

# NGÀY MỚI ĐÒI HỎI MỘT ĐƯỜNG LỐI MỚI

*"Người ta cũng không đổ rượu mới vào bầu da cũ.*
*Nhưng rượu mới thì đổ vào bầu mới:*
*thế là giữ được cả hai."*

Mát-thêu 9:17

Vị Linh mục duy nhất mà tôi biết khi tôi còn nhỏ và lớn lên trong một giáo xứ miền quê là Cha Felix J. Johnson. Cha là một cha xứ xuất chúng, ngài nổi danh khắp cả nước vào những năm 1950.

Đất đai của giáo xứ chúng tôi bị một xa lộ chính chia làm đôi. Một bên đường là nhà thờ, nhà xứ và trường học. Bên kia đường là nghĩa trang của giáo xứ. Tôi vẫn còn nhớ rằng tôi nhìn thấy Cha Johnson đều đặn, ông mặc chiếc áo chùng và mang những cái thùng thức ăn, đi băng qua nghĩa trang với những con cừu theo sau để chuẩn bị trước cho bữa ăn của chúng. Ông là một Mục tử *đích thực* cũng là một Mục tử *đặc trưng*.

Cha Johnson là một người thực tế, một kiểu Mục tử "ham làm." Các con chiên gặm cỏ để giữ cho nghĩa trang sạch sẽ, và các con cừu non mùa xuân trở thành món khai vị trong các lần cắm trại hè của giáo xứ.

Cha Johnson không chỉ thiết kế trường học, tu viện, nhà xứ và hội trường của giáo xứ, chính ông cũng biết xây tường. Ông giữ sách vở của giáo xứ, bảo trì lò sưởi và tự trồng vườn rau. Tóm lại, về cơ bản ông tự làm hết mọi việc trong giáo xứ.

Ông là người làm việc nặng, nên không giống như nhiều người. Ông chạy đến Thánh Lễ và nói cáu kỉnh với những người dự Thánh Lễ và đến Rửa tội. Ông có một tương quan vừa thương vừa ghét với các nữ tu dạy học và ít khi đi họp ở giáo phận. Như là người chủng sinh đầu tiên của giáo xứ trong vòng hai mươi năm, câu nói cuối cùng ông nói với tôi khi tôi rời giáo xứ để đến chủng viện ở tuổi mười ba là "Con không trụ được đến Giáng Sinh đâu!"

Tôi tin chắc ông là một Linh mục thánh thiện, ít nhất tôi đã coi ông như thế, nhưng ông đã thiếu sót trầm trọng khi nói đến những kỹ năng của một linh hướng hiệu quả. Ông ghét việc thuyết giảng và phần lớn thời gian tránh né điều đó. Cơn ác mộng tệ hại nhất của ông là ông ngồi xuống và làm một cái gì có vẻ như linh hướng cá nhân. "Về nhà mà đọc kinh Mân Côi" là câu trả lời của ông cho mọi vấn đề được trình bày với ông, dù đó thuộc về tâm linh hay thuộc về các mối tương quan. Ông đã làm tốt hơn khi đưa ra những lời khuyên về tìm nơi để khoan một cái giếng, như ông đã làm cho cha tôi.

Những linh hướng thật sự của giáo xứ là các nữ tu dạy đạo. Các sơ dạy chúng tôi về Thiên Chúa và cách cầu nguyện. Các sơ chuẩn bị cho chúng tôi để sẵn sàng đón nhận các Bí tích. Dường như luôn luôn có một dòng người đều đặn ra vào tu viện sau giờ học. Người ta sợ "trình Cha" vậy là họ "xin các sơ trình cha giùm họ."

Nếu Cha Johnson còn sống hôm nay, với mọi bài nói chuyện về việc trao cho giáo dân nhiệm vụ điều hành giáo xứ, tôi chắc ông sẽ là người đánh mất linh hồn. Ông sẽ không biết làm gì với chính mình. Dứt khoát ông là một linh mục của thời đại ông.

Chính tôi đã từng là cha xứ của bốn giáo xứ, tôi thường nghĩ đến ông luôn, đặc biệt trong công việc chuẩn bị cho các cha xứ tương lai.

Trong *Học Viện các Linh Mục và Linh Mục Đoàn* ở Trường Thần Học Thánh Meinrad, chúng tôi trăn trở để bắt kịp với một thực tại mà các sinh viên tốt nghiệp sẽ phải đối mặt ngay sau khi được thụ phong. Một số sẽ thành cha xứ ngay tức thì và một số khác sẽ cùng lúc trở thành cha xứ của nhiều giáo xứ.

Trong khi chúng tôi đang làm những gì có thể để chuẩn bị cho họ biết làm việc với giáo dân trong việc quản trị các giáo xứ, điều làm tôi lo lắng nhất là chúng tôi đã không làm điều gì để chuẩn bị cho họ trở thành linh hướng. Trao cho người khác những chức năng quản lý một giáo xứ không có nghĩa là những Linh mục trẻ này sẽ tự động có được những kỹ năng linh hướng khác thường. Đúng như trong quá khứ, xây dựng một phòng tập thể dục thì dễ hơn thúc đẩy một hội dòng đến với một kỷ luật sâu xa hơn.

Các chủng viện làm được một việc to lớn là trong lãnh vực tâm linh cá nhân, nghĩa là làm tốt hơn thời kỳ tôi còn trong các chủng viện đó, nhưng trở nên các Linh mục thánh thiện sẽ không đủ. Ngày nay trở nên những Mục tử, Linh mục hiệu quả cần phải có kỹ năng để hướng dẫn những người khác nên thánh.

Chẳng mấy chốc, các Linh mục mới chuyển đổi từ những người tiếp nhận sự đào tạo thiêng liêng đến những người hướng dẫn việc đào tạo thiêng liêng cho những người khác, cá nhân cũng như cộng đoàn. Khổ nỗi, các kỹ năng linh hướng không được dạy thỏa đáng trong chủng viện cũng không thể được truyền vào tân chức trong lễ thụ phong. Một vị linh hướng *được chỉ định* không nhất thiết là một linh hướng *thật*. Các vị Mục tử của tương lai không chỉ phải là một cá nhân *tốt*, nhưng họ cũng phải *giỏi* trong hướng dẫn tâm linh. Điều mà chúng tôi thường nghe giáo dân nói nhiều nhất ở các Hội đồng Linh mục mà chúng tôi hướng dẫn tại *Học viện*, là họ muốn các Linh mục của họ phải là những người có khả năng dẫn dắt tâm linh.

Nếu các Mục tử của ngày mai cần có nhiều hơn lòng đạo đức cá nhân, vậy "linh hướng là gì?" Từ những gì tôi đã đọc và đã học được qua kinh nghiệm cá nhân tôi như là một Mục tử, tôi phải nói rằng linh hướng là ảnh hưởng; đó là khả năng của một người ảnh hưởng trên những người khác qua việc mời gọi, thuyết phục và qua gương sáng, đi từ nơi họ đang là đến những nơi Thiên Chúa muốn họ là. Linh mục là chiếc cầu đến cùng Thiên Chúa không bao giờ là một sự ngăn cấm, một trở ngại để đến với Thiên Chúa.

Linh hướng là một tiếng gọi từ Thiên Chúa. Vì thế việc linh hướng chân thật được hướng dẫn theo một đường lối đầy lòng thương xót, thiện cảm, khiêm tốn, bình an, khích lệ. Một vị linh hướng chân chính sống những lời đã chép về Đức Giê-su: "Cây lau bị giập, người không đành bẻ gẫy; tim đèn leo lét, cũng chẳng nỡ tắt đi" (I-sai-a 42:3). Một linh hướng chân thật không bao giờ đưa ra những điều bi quan hay tuyệt vọng vì người ấy biết rằng Thiên Chúa đã thấy điểm đến sau cùng sẽ là vinh quang.

Những vị linh hướng không bao giờ bỏ rơi những người mà họ hướng dẫn vì người ta sẽ từ chối đi theo hoặc khiển trách các vị linh hướng này không làm những việc mà họ yêu cầu. Tốt hơn họ lùi lại và rèn luyện kỹ năng gây ảnh hưởng, thuyết phục và động viên. Những ý hướng tốt lành không đủ. Các thử nghiệm đích thực của việc hướng dẫn tâm linh hệ tại ở việc người khác tự ý thức đi theo sự hướng dẫn của họ. Những lời nói huênh hoang và giận dữ để bắt người khác phải lắng nghe mình là một dấu chỉ chắc chắn rằng người ấy không còn hướng dẫn tâm linh nữa.

Một linh hướng đích thực có thể chịu được sự cự tuyệt. Mặc dù sự cự tuyệt có thể là dấu chỉ người linh hướng đang đi đúng đường, nó cũng có thể là dấu chỉ của những khuyết điểm cá nhân nghiêm trọng. Những linh hướng đích thực chân thành với chính mình và đón nhận những phản hồi chân thành của những người khác. Đó là cách duy nhất để lớn lên trong khả năng làm linh hướng.

Trong sứ vụ của giáo xứ, sự thánh thiện của người linh hướng không đủ, nhưng việc linh hướng không thể thiếu sự thánh thiện. Những gì mà các chủng viện làm trong lãnh vực linh đạo cá nhân nên được ca ngợi, nhưng các chủng viện cũng cần được khuyến khích để bao gồm cả việc huấn luyện linh hướng trong chương trình đào tạo linh đạo - nếu các chủng viện muốn đào tạo những linh hướng hiệu quả cũng như những Linh mục thánh thiện.

Nếu có nhu cầu cấp thiết làm cho các mục tử tương lai trở thành những người linh hướng, và công việc của chủng viện là phải bắt đầu tiến trình trang bị cho họ bằng cách triển khai hai vấn đề thiết yếu. Phải chăng việc linh hướng cần phải được đào tạo? Nếu thế, phải dạy như thế nào? Điều gì tốt nhất cần được dạy trong giai đoạn khởi điểm của việc đào tạo tại chủng viện, và điều gì tốt nhất cần được dạy trong việc tiếp tục đào tạo hiện nay sau khi đã rời chủng viện?

Việc linh hướng vừa là một ơn từ Thiên Chúa vừa là một kỹ năng cần được trau dồi. Cho dù không thể dạy linh hướng như dạy lớp lịch sử Giáo Hội, nhưng nó có thể được đúc rút từ những khuôn mẫu, từ việc nghiên cứu và từ những mô hình cụ thể. Qua việc giới thiệu thường xuyên những vị hướng dẫn tâm linh vĩ đại trong lịch sử Giáo Hội cũng như trong các cộng đoàn đức tin, sẽ mang lại nhiều lợi ích lớn lao cho chủng sinh – một sự nghiên cứu chuyên sâu cách thức mà các vị linh hướng vĩ đại của quá khứ đã làm công việc của họ. Quan điểm phong phú này về việc đào tạo thiêng liêng có thể bao gồm những lời chứng của những người làm linh đạo hiệu quả hôm nay. Việc nghiên cứu những thành công của họ là điều hữu ích.

Nơi mà Linh mục giáo phận thực hiện việc linh hướng là tòa giảng, ghế chủ tọa và vai trò hướng dẫn được Giám mục chỉ định cho ông. Các Linh mục giáo phận là những nhà giảng thuyết Lời, thừa tác viên các Bí tích và người hướng dẫn cộng đoàn đức tin. Họ không thể là những người linh hướng hiệu quả nếu không trau dồi ba kỹ năng.

Việc thuyết giảng trong giáo xứ được gọi là "Linh hướng từ tòa giảng." Khoa giảng thuyết đã được cải thiện rất nhiều trong các chủng viện, nhưng trong việc giáo huấn giới trẻ, có thêm nhiều công việc phải làm, các Mục tử bận rộn phải tổ chức thế nào để công việc giảng thuyết của họ ở trong một thời biểu bận rộn. Khi chuẩn bị việc thuyết giảng, "đắm mình trong Lời" có thể trở thành nền tảng của linh đạo của Linh mục giáo phận, không phải chỉ là một việc trong hàng trăm công việc phải làm khác.

Thuyết giảng và chủ sự việc cử hành các Bí tích là một và như nhau: công bố Tin Mừng. Cả hai đều là những mời gọi tìm kiếm một lời đáp trả. Trong Công Đồng Va-ti-ca-nô II của Giáo Hội, Bí tích và Lời đã được liên kết mật thiết như chưa từng có trước đó. Vì thế một Linh mục muốn trở thành một người linh hướng hiệu quả có thể kín múc được lợi ích từ sự hiểu biết thấu đáo về các Bí tích và các nghi thức. Nghiên cứu Bí tích và nghi thức là suối nguồn của sự tiếp tục trưởng thành tâm linh cá nhân và cũng là những công cụ thiêng liêng dẫn đưa những người khác đến sự thánh thiện. Tập làm quen với những công cụ ấy trước khi chủ sự việc cử hành các Bí tích là một bước quan trọng trong việc linh hướng.

Các Linh mục hành động *trong ngôi vị của Đức Ki-tô – in persona Christi –* cho dù những yếu đuối của cá nhân họ.

22

Mặc dù sứ điệp không lệ thuộc vào sự tốt lành của người mang sứ điệp, các Linh mục cần trau dồi liên tục những kỹ năng của họ để truyền đạt sự tốt lành của sứ điệp. Và đặc biệt quan trọng là khả năng liên hệ với những người khác như một "chiếc cầu" để thông truyền Đức Giê-su Ki-tô. Đây là mục đích của sự đào tạo nhân bản bắt đầu trong các chủng viện. Cũng thế, một tiêu chuẩn cao về nghi lễ và cử hành phụng vụ, độc lập với cảnh quang và sở thích cá nhân đối với những phong cách xa lạ với Giáo Hội, phải được dạy và thủ đắc khi mới vào chủng viện.

Một số Linh mục có thể phù hợp hơn. Có một sự khác biệt lớn lao giữa việc *trở thành một Linh mục* và *có chức Linh mục*. Tiến trình trong chủng viện thường tập trung vào việc được phong chức. Vấn đề là mỗi Linh mục chính danh có thể tự hỏi mình, đặc biệt vào lúc cuối như sau: "Đây là lúc tôi muốn trở thành một Linh mục vậy loại linh mục nào tôi muốn trở thành?" Một Linh mục cần phải LÀ một Linh mục và làm tốt điều đó!

Chủng viện thì không đủ. Có lẽ không bao giờ đủ, nhưng ngày nay nhận xét này hoàn toàn đúng. Sự chuẩn bị dài hạn cho sự đào tạo còn diễn tiến, cả hai đánh thức một ước muốn cho điều đó và thấy sự cần thiết của nó, nhu cầu phải có mặt trong chủng viện; sau chủng viện cần phải tiếp tục điều đó cho phần đời còn lại của một Linh mục.

Sự đào tạo liên tục là một đòi hỏi nội tại của ân sủng và cũng là đòi hỏi của sứ vụ qua Bí tích Truyền chức mà người thụ phong đã lãnh nhận. Nhiệm vụ của Giám mục là phải nhận biết điều đó để tạo những điều kiện thích hợp và bảo đảm cho điều đó được thực hiện. Các linh mục giáo phận cũng phải biết nắm lấy những cơ hội thuận lợi này để có thể trở nên những người hướng dẫn tâm linh tốt nhất.

Mẹ Tê-rê-xa đã trình bày những yêu sách của việc hướng dẫn tâm linh một cách đơn giản nhất khi mẹ nói:

"Để giữ ngọn đèn bạn cháy sáng, bạn phải giữ đầy dầu trong đó."

# VIỆC ĐÚNG VÌ LÝ ĐÚNG

*"Vậy nếu việc cai quản các linh hồn là nghệ thuật của mọi nghệ thuật thì người không năng lực sẽ đảm nhận mục vụ với sự cẩu thả biết bao. Dù những người không biết sức mạnh của thuốc phải co người lại khi tự giới thiệu mình là thầy thuốc trị thân xác, những người hoàn toàn không biết các giáo huấn tâm linh thì không sợ hãi khi tuyên bố mình là thầy thuốc của tâm hồn."*

Thánh Grêgôriô Cả[3]

"Anh em hãy coi chừng các ngôn sứ giả, họ đội lốt chiên mà đến với anh em; nhưng bên trong họ là sói dữ tham mồi." Mát-thêu 7:15 phản ảnh một vấn đề lãnh đạo xấu cả trong Giáo Hội sơ khai, thời của Mát-thêu. Ngày nay, không phải hết mọi người tìm kiếm sự lãnh đạo thiêng liêng trong Giáo Hội đều vì những lý do tốt nhất. Một số người (có thể không tính các Linh mục Công giáo) bị tiền bạc thúc đẩy, những người khác bị nhu cầu được người khác tán thưởng và kính trọng thúc đẩy. Một số ít người không hiểu rõ những vết thương của họ trong quá khứ càng bị sự giận dữ thay vì yêu thương thúc đẩy và cùng các người khác tìm kiếm những địa vị nơi quyền bính thiêng liêng như một phương tiện để phô trương cá nhân thay vì như một đường lối để phục vụ Thiên Chúa.

"Phẩm chất và sức mạnh của một động cơ là điều quan trọng đối với bất kỳ ơn gọi lâu dài nào. Cám dỗ tìm kiếm chức Linh mục được thúc đẩy bởi quyền lực, đặc quyền, cấp bậc và sự an toàn hoặc để tạo ra một cảm giác về căn

25

tính để có thể trở nên mạnh mẽ. Những động cơ khác có ảnh hưởng tới việc tìm kiếm này cũng có thể là tìm kiếm những hình thức nâng cao bản thân như sự an nhàn, sự phô trương hoặc sự khẳng định không xứng đáng. Tương tự những ước muốn làm việc xã hội, đưa người cha nghiện rượu đi điều trị, thỏa mãn những kỳ vọng của người mẹ hoặc tìm cách che đậy một đời sống tâm lý tính dục bị rối loạn. Không một kiểu động cơ khiếm khuyết nào như thế nâng đỡ nổi một người trong một thời gian dài."[4]

Những người thiếu thốn về cảm xúc đặc biệt bị địa vị và và sự thực hành tác vụ của người được truyền chức lôi kéo. Vì để làm thế họ phải chịu sỉ nhục và tổn thương, một số người không bao giờ xem xét điều gì nằm đàng sau ước muốn trở thành lãnh đạo của họ và điều gì bị những con quỷ vô danh thúc bách. Vì lý do này, Giáo Hội cần rất thận trọng để thẩm tra những người túng thiếu không biết họ là ai hoặc không hiểu rõ những động cơ của chính họ. Nếu không, sự túng thiếu của những cá nhân đó có thể làm trật đường ray cả những giáo xứ tốt nhất trong thời gian ngắn. Sự túng thiếu này có thể biểu lộ trong một nhu cầu được chú ý và khẳng định không bao giờ thỏa mãn, một phong cách linh hướng độc đoán, một sự thay đổi phụng vụ hấp tấp dựa trên những sở thích cá nhân, thiếu khả năng lắng nghe và coi thường những gì đã được thực hiện trước khi họ tới. Cám ơn Chúa, phần lớn người đi tu được thúc bách bởi ước muốn chân thành làm việc của Thiên Chúa.

Giáo Hội ngày nay mong muốn và cần có những người lãnh đạo tốt, nhưng vào thời buổi mà phần lớn xã hội bày tỏ sự quan tâm nhiều hơn vào các vấn đề tâm linh thì các linh hướng tốt lại thiếu thốn nghiêm trọng. Vấn đề không phải là do thiếu người muốn tự giới thiệu mình như là những người linh hướng. Thật tế "Ở trong lòng nước Mỹ là một khoảng trống vô nghĩa, trong đó những người tự xưng họ là những đấng cứu đời ùn ùn xuất hiện."[5] Dân chúng đã thất vọng các người lãnh đạo đến nỗi họ có thể đi theo những thầy Gu-ru, những ứng viên Mê-si-a; hầu như bất cứ người nào cũng hứa hẹn các phép lạ, các dấu chỉ và những điều huyền diệu, cả những người tuyên bố biết chân lý, chân lý toàn diện và chỉ chân lý thôi. Tuy nhiên đám đông chỉ biết cam chịu và chờ mong những kẻ tầm thường không có khả năng, nhiều người trong số này vừa ngạo mạn vừa ngu dốt.

Cảnh báo đầu tiên cho người mới nhập môn trong việc lãnh đạo có thể là: "Một người lãnh đạo được chỉ định" có thể hoặc không thể là "một người lãnh đạo thật sự." Bằng trực giác người ta dường như biết rằng kẻ tuyên bố mình là người lãnh đạo hoặc nắm giữ một vị trí lãnh đạo không làm cho người ấy thành một người lãnh đạo. Ngay cả các chủng viện cũng hoang mang vì có rất ít người lãnh đạo thật sự xuất hiện trong các lớp tốt nghiệp. Ơn gọi của Thiên Chúa và việc phong chức làm cho một người thành người lãnh đạo được chỉ định, nhưng để người ấy trở thành một người lãnh đạo thật thì phải có thêm vấn đề ý hướng, kỹ năng và sự thực hành. Ý muốn của Thiên Chúa không thay thế cho năng lực. Một người lãnh đạo thật sự có khả năng giải phóng sức mạnh của các cá nhân và hướng sức mạnh ấy về các mục tiêu của cộng đoàn. Tin Mừng và truyền thông Tin Mừng qua lời và việc làm là tất cả những gì sự lãnh đạo phải thực hiện. Đã hẳn việc phong chức, một cổ côn và một danh hiệu không nhất thiết làm nên một người lãnh đạo hiệu quả. Một kịch bản tốt nhất là khi một người lãnh đạo được chỉ định cũng là một người lãnh đạo đích thật.

Một trong những bài học đau buồn nhất tôi đã học khi lần đầu làm Mục tử là có danh hiệu người lãnh đạo nhưng trong thực tế không như thế. Tôi đã chấp nhận danh hiệu người Mục tử, nhưng tôi còn mơ hồ và không được chuẩn bị cho tất cả những gì mà một Mục tử của một nhà thờ quan trọng và cụ thể như nhà thờ chính tòa cần tôi phải có. Do việc thiếu quyết đoán và thiếu tập trung nên vị Mục tử phụ tá "đã gánh vác" hết và để tôi lại trong đất đen. Một sự bất đồng thường xuyên đến trong đầu, một ngày nọ khi một nhạc sĩ hét lên trong một cuộc họp căng thẳng, "Cái lộn xộn ở đây là chúng tôi có hai 'Mục tử'." Điều này chạm vào tôi như một tấn gạch: Tôi có danh hiệu còn người cộng tác có sức mạnh. Thay vì tức giận vì điều đó, tôi quyết định bước lên bục và quyết tâm trở thành một Mục tử không chỉ trên danh nghĩa mà còn trong thực tế.

Cảnh báo thứ hai cho người mới nhập môn trong "việc linh hướng" phải là: "Hãy biết chính mình." Cha William Moorman, người điều phối việc đào tạo tu đức ở Học viện Thánh Lu-ca - một trung tâm điều trị cho các linh mục, nói điều đó cho một vài người lãnh đạo tương lai của chúng tôi. Là những người linh hướng, chúng ta được trao cho trách nhiệm duy nhất là đảm nhận sự thân mật thiêng liêng của đời sống tâm linh người khác. Liệu nhiệm vụ ấy có làm được không nếu chúng ta không thể đảm nhận sự mầu nhiệm và sự thánh thiện của bản thân chúng ta? Những ứng sinh cũng rất thường tìm kiếm căn tính của các tu sĩ hay Linh mục như một căn tính của cá nhân thay thế, điều này luôn luôn là một cách thức gây tai họa. Thông thường nhất những cá nhân ấy nhấn mạnh trật tự bên ngoài để quân bình những rối loạn bên trong, và họ không bao giờ đạt được sự bình an nội tâm mà họ mong ước trong đời sống tâm linh của họ.

Linh đạo của những người như thế nằm ở bên ngoài họ trong các thực hành tu đức và trái ngược với việc đảm nhận mầu nhiệm của Thiên Chúa, của người khác và bản thân. "Bất kỳ chương trình đào tạo nào dành cho người linh hướng" là để đảm nhận sự thống nhất hợp lý của những cá nhân; nhưng Cha Moorman nhận thấy rằng vì số lượng còn thiếu của các chủng sinh, nên việc sàng lọc và chương trình đào tạo chấp nhận và dung nạp các ứng sinh có những nét nhân cách có thể chứng minh như lệ thuộc, tránh né, vị kỷ và có hành vi ám ảnh hay cưỡng chế.[6] Chức Linh mục ngay cả hôm nay vẫn còn mang lại những cám dỗ về quyền lực, uy thế và sự tâng bốc. Những cám dỗ này lôi cuốn những người bị thúc đẩy đến với địa vị và sự thực hành tác vụ vì nó giúp thỏa mãn nhu cầu của họ muốn được chú ý và khẳng định. Tiêu điểm này càng trở nên độc hại nếu nó được che đậy trong ngôn ngữ tôn giáo về sự phục vụ.

Thánh Grêgôriô Cả, trong tác phẩm đáng để ý về thực hành: "Chăm Sóc Mục Vụ" - cảnh báo những người "tìm kiếm những lời giáo huấn tinh thần với sự cần cù sắc sảo... nhưng dạy điều mà họ đã học không phải bởi thực hành, nhưng bởi việc nghiên cứu và trong thái độ thì làm ngược lại những gì họ dạy bằng lời." Như những biến cố gần đây trong Giáo Hội chúng ta có đề cập, ngài nhận xét: "Vì không ai gây hại nhiều hơn trong Giáo Hội bằng người có danh hiệu hay chức vụ thánh thiện, nhưng hành động xấu xa."[7]

Ngài tiếp tục cảnh báo những người lãnh nhận tác vụ với một tâm hồn phân tán: "Tâm trí không thể tập trung vào việc theo đuổi bất cứ vấn đề nào khi nó bị phân tán giữa nhiều vấn đề. Điều đó như thể tâm trí quá bận rộn trong cuộc hành trình nên họ quên mất phải đi đến nơi nào, kết quả là nó hoàn toàn xa lạ với việc xét mình không biết tâm trí chịu tai hại nào, và phạm phải những lỗi nặng nào."[8]

Thánh Grêgôriô Cả, một lần nữa đặc biệt áp dụng cho một ít Linh mục hôm nay, cảnh báo những người "bận rộn với nhiều sự điều tra và rơi vào sai lầm bởi sự tinh tế thái quá." Điên cuồng nhào vô những nơi mà các thiên thần sợ bước chân vào. Lẽ ra người ấy phải nói: "Khi nhà làm luật chuẩn bị nói, người ấy phải nhớ tập luyện sự thận trọng đắn đo trong lời nói của mình, nếu bài nói của mình đưa ra một cách vội vàng, lộn xộn, tâm hồn người nghe có thể bị tác động mạnh bởi những thương tích sai lầm, và có lẽ khi đó, người ấy muốn tỏ ra khôn ngoan, nhưng vì thiếu sự khôn ngoan người ấy làm đứt dây hiệp nhất."[9] Nhiều vị Mục tử mới do thiếu kinh nghiệm đã gây ra những thiệt hại lớn cho Giáo Hội bởi nhiệt tình của họ, nhưng lại hiểu một cách hạn hẹp là "tính chính thống và chân lý."

Cảnh báo thứ ba cho người mới nhập môn trong việc linh hướng chính là: "Nemo dat quod non habet" "Không ai cho cái mà mình không có." Thánh Grêgôriô Nazian nói một cách khác "Trước khi thanh luyện người khác, người ta phải thanh luyện mình; trước khi giáo huấn người khác, người ta phải được giáo huấn; người ta phải trở thành ánh sáng để chiếu sáng và đến gần Thiên Chúa để được thánh hóa."[10] Thật vậy, như Cha Howard P. Bleichner đã viết: "Bài văn cao thượng dễ được nói to."[11] Lặp lại những lý tưởng cao cả thì dễ, nhưng sống những lý tưởng ấy thì rất khó.

Cảnh báo thứ tư cho người mới nhập môn việc linh hướng chính là: "Hòa hợp là điều quan trọng của việc linh hướng," Thánh Grêgôriô Cả nói: "Đối với một người được coi trọng đến nỗi dân được gọi là đàn chiên của người ấy, người ấy cần thận trọng xem xét mình phải sống thế nào cho đúng đắn. Vì thế, người ấy phải thanh sạch trong tư tưởng, gương mẫu trong hành vi, lợi ích trong lời nói, là một người lân cận thiện cảm với mọi người, sống trong chiêm niệm cao thượng bên trên tất cả những người khác, một người bạn khiêm tốn với những người sống đời sống tốt, cương quyết trong nhiệt tình đối với sự công bằng chống lại những thói xấu của người tội lỗi. Người ấy không xao lãng việc chăm sóc đời sống nội tâm dù bận rộn với đời sống bên ngoài; người ấy cũng không lo lắng với cái bên

30

trong mà quên không chú ý cái bên ngoài." Ngài nói tiếp: "Đối với người có yêu sách về địa vị phải đề nghị những lý tưởng cao nhất để họ bị ràng buộc bởi cùng một yêu sách phải thể hiện những lý tưởng đó. Tiếng nói của người đó đi sâu vào trái tim của người nghe, sẵn sàng lắng nghe hơn nếu cách sống của người ấy tán dương lời người ấy nói."[12]

Cảnh báo thứ năm cho người mới nhập môn việc linh hướng chính là: "Linh hướng không phải cho bạn!" Điều này luôn luôn đúng đối với các Linh mục mới được phong chức. Nhưng một trong nhiều mặt yếu của một Linh mục là "tính hăng say" thái quá mà theo truyền thống đi liền với việc phong chức. Các Linh mục mới được phong chức và các linh mục tương lai thường được "tôn sùng" và được "nhìn vào" trong những ngày họ ở chủng viện và cách riêng khi được phong chức và cử hành "các Thánh lễ mở tay" khiến họ bắt đầu cảm thấy họ đặc biệt, có lẽ rất đặc biệt. Sự trào dâng mạnh mẽ và các đối xử đặc biệt không được giám sát, có thể mau chóng dẫn đến sự cực kỳ ngạo mạn của tinh thần giáo sĩ và quyền bính. Như Đức Giáo Hoàng Gioan-Phaolô II đã nói: " Các Linh mục không ở trên giáo dân hoặc bên cạnh giáo dân, nhưng vì giáo dân. Không phải cho chúng ta, nhưng cho họ!

Lời khuyên bảo tốt nhất cho những người muốn chuẩn bị chính mình làm việc linh hướng là nhấn mạnh rằng họ có xem xét lòng họ nghiêm túc để biết liệu họ có "lý do chính đáng" để thực hành nghệ thuật của các nghệ thuật là trở thành người thầy thuốc của tâm hồn không. Nếu không họ phải ngừng việc quảng cáo sai lầm và phải bị giải tán vì đe dọa đến dân Chúa, cả khi họ muốn làm tốt.

# LINH HƯỚNG[13]

*"Điều quan trọng là trở nên một thụ tạo mới."*
Ga-lát 6:15

Nếu bạn nghĩ cuốn sách này viết về cách chỉ huy hay những kỹ thuật điều hành một giáo xứ thì bạn lầm. Việc linh hướng không giống với việc điều hành giáo xứ vốn là trọng tâm của hầu hết các cuốn sách về việc thực hành tác vụ trong những năm gần đây.

Một điện thư mới đây từ một bà bạn ở Massachusetts gởi tới đã nói hết điều đó: "Giáo xứ của chúng con sắp có một cơ hội để phát triển đời sống tâm linh với (vị Mục tử mới), và con không thể hạnh phúc hơn. (Vị Mục tử cũ) là một nhà kinh doanh hơn là một vị linh hướng, điều này tốt cho việc xây dựng một phức hợp to lớn và trả hết tiền thế chấp, nhưng để cho rất nhiều người khô khan về tinh thần. Sự thay đổi này sẽ là điều tốt lành."

Việc linh hướng hoạt động trên những tài nguyên tinh thần của tổ chức, trên những giá trị, những cam kết và khát vọng của nó. Trái lại việc quản lý hoạt động trên những tài nguyên vật lý của tổ chức, trên tiền vốn, các kỹ năng con người, vật liệu thô và kỹ thuật. Là một bậc thầy trong quản lý, Peter Drucker đã nói: "Quản lý là sắp xếp mọi vật; lãnh đạo là sửa sang mọi vật." Nếu điều này đúng thì cân đối một quỹ hay xây dựng một nhà thể dục dễ dàng hơn việc hướng dẫn người ta có trình độ kỷ luật sâu hơn. Hướng dẫn người ta có trình độ kỷ luật sâu hơn là điều mà việc linh hướng phải làm.

Đối với một người linh hướng, trở thành một cá nhân thánh thiện thì chưa đủ, dù rằng một người chịu trách nhiệm hướng dẫn tinh thần những người khác được coi là có mức độ thánh thiện cao nhất. Người nào chấp nhận trách nhiệm hướng dẫn những người khác nên thánh cần phải học biết kỷ luật bản thân cần cho sự thánh thiện. *Nemo dat quot non habet.* Người ta không thể cho điều mà người ta không có.

Sau khi đã học sống một đời thánh thiện như một Ki-tô hữu, những người linh hướng phải học áp dụng quyền bính lên các Ki-tô hữu khác để mang lại lợi ích cho họ. Chắc chắn họ cần có những nhân đức nào đó để đời sống của họ không có gì đáng trách, nhưng họ cũng cần có thêm những nhân đức khác: khả năng vâng phục, khiêm nhường những người thực hiện linh hướng trên họ, cũng như khả năng mang lại sự linh hướng xứng đáng cho những người được họ chăm sóc.[14]

Vả lại những người linh hướng tìm kiếm sự thánh thiện cho họ và cho người khác cũng chưa đủ, như thể đó chỉ là số lượng, một loạt các thực hành sùng kính và khổ chế theo dự tính sẽ đưa đến kết quả mong muốn. Linh đạo luôn hướng về mầu nhiệm Thiên Chúa trong chính mình và trong người khác. Vì Đức Giê-su đã nói với các Luật sĩ và người Pha-ri-sêu: "Một linh đạo thật sự hướng về *metanoia*" - một sự hoán cải tâm hồn và một cách suy nghĩ mới. Nó không chỉ là ghi lại một danh sách các thực hành đạo đức hoặc tuân theo những luật lệ mà Giáo Hội thiết lập. Đếm số kinh bổn mình đọc và phô trương sự tuân giữ luật lệ thì dễ hơn trở thành một "thụ tạo mới" (Gal 6: 15).

Vậy việc linh hướng là gì? Linh hướng cơ bản là *ảnh hưởng*, là khả năng của một người có ảnh hưởng trên người khác qua sự mời gọi, thuyết phục và gương sáng để đi từ nơi họ đang ở đến nơi Thiên Chúa muốn họ đến.

Thiên Chúa làm việc trong thế giới để hoàn thành những mục tiêu của Người và làm cho vương quốc tiến lên. Cái mà Thiên Chúa quan tâm không phải là làm tiến triển mơ ước và mục tiêu của những người hướng dẫn cũng không phải là liên kết các chương trình của họ hoặc chúc phúc cho những nỗ lực của họ. Những người hướng dẫn cũng không cố gắng thỏa mãn những mục tiêu và mong muốn của những người mà họ hướng dẫn, nhưng đúng hơn những mục tiêu và mong muốn của Thiên Chúa mà họ phục vụ. Những người linh hướng tìm kiếm ý muốn của Thiên Chúa và rồi gợi ý cho những người họ hướng dẫn làm theo ý Người.

Những người linh hướng có thể giải trí, gây ấn tượng hoặc động viên nhiều người, nhưng nếu không có sự trưởng thành tâm linh nơi những người mà họ hướng dẫn thì sự linh hướng của họ đến từ tài năng của người hướng dẫn, không nhất thiết đến từ Thiên Chúa. Khi người linh hướng làm xong công việc của họ, những người xung quanh họ đã gặp được Thiên Chúa và làm theo ý của Người. Nhiệm vụ đầu tiên của người linh hướng là làm việc với Thiên Chúa để khích lệ đức tin của những người khác. Những người linh hướng để cho Thiên Chúa sử dụng họ trong công việc của Người để biến đổi nhiều người thành những môn đệ tốt hơn. Khi một người nào hướng dẫn người khác trong sức mạnh của Thánh Thần, đời sống đã thay đổi. Việc linh đạo có được ảnh hưởng khi giúp tạo ra Đức Ki-tô thật sự cho những người khác.

Không giống như sự lãnh đạo thế tục - điều người ta có thể khao khát đạt được, còn sự linh hướng do Thiên Chúa chỉ định. Người linh hướng không do một ủy ban nhân sự tuyển chọn, bổ nhiệm, lập nên. Chỉ Thiên Chúa làm ra họ. Không một ai trở thành linh hướng chỉ vì đã hoàn thành một nhiệm vụ, một chủ thể chạy việc hay giải quyết theo ý mình nhiệm vụ ấy. Người ta không trở thành những người linh đạo trừ khi Thiên Chúa kêu gọi họ vào vai trò ấy và trang bị họ để thực hiện.

Việc linh đạo không phải là việc ma thuật vì "ân sủng dựa vào tự nhiên." Điều này muốn nói rằng cần có một mức độ nỗ lực nào đó của con người để ân sủng biến đổi một con người được Thiên Chúa chọn thành một người linh hướng có kỹ năng. Dụ ngôn những đồng tiền vàng nhắc chúng ta nhớ rằng cả những ơn mà Thiên Chúa ban cho chúng ta phải được "đầu tư." Ơn Thiên Chúa kêu gọi làm linh hướng có thể trong khoảnh khắc, nhưng việc phát triển kỹ năng đòi hỏi nhiều năm và sự tập trung chú ý và cầu nguyện. Người ta không trở thành một người linh hướng chỉ bởi hiểu biết qua loa về nó, nhưng qua một ý định thận trọng muốn làm chủ kỹ năng cần có. "Ý định" đến từ tiếng La-tinh "*intendere,*" có nghĩa là "đạt đến" hay "vươn đến."

Một trong những trích dẫn hay thuộc loại tham gia này là của W.H. Murray: "Cho đến khi một người cam kết, luôn có sự ngần ngại, cơ hội để rút lui, hầu như là tính không hiệu quả. Liên quan đến mọi hành vi sáng tạo, có một sự thật sơ đẳng là không biết điều gì giết chết vô số ý tưởng và những kế hoạch hay đẹp, chính lúc đó, người ta dứt khoát dấn thân, sau đó Đấng Quan Phòng cũng thúc đẩy họ. Mọi việc chưa từng có xảy ra để giúp đỡ người ấy. Cả một chuỗi các biến cố xuất phát từ quyết định ấy, xuất hiện để giúp đỡ người ấy như các sự cố và các cuộc gặp gỡ không tiên liệu trước, sự giúp đỡ về vật chất mà không ai nghĩ sẽ đến trên đường đi của người ấy."[15] Đức Giê-su kêu gọi và trang bị, nhưng người linh hướng phải trả lời cho ơn gọi và phải khéo léo sử dụng sự trang bị mà Thiên Chúa mang lại.

Những phẩm chất tự nhiên của linh đạo là một thành phần quan trọng của việc linh đạo. Những tài năng tự nhiên này có thể do Thiên Chúa ban cho, nhưng chúng phải được phát huy, tập luyện và dùng cho việc linh đạo. Trong lãnh vực mà các chủng viện gọi là "đào tạo nhân bản" những người linh hướng cần phát triển một số phẩm chất mà Thiên Chúa có thể lấy đó làm cơ sở và hoạt động. Trong số đó, có thể có những phẩm chất sau:

- Làm chủ các ham muốn của mình

- Giữ sự bình tĩnh trong những lúc khủng hoảng và kiên cường trong buồn chán

- Suy nghĩ độc lập

- Vận dụng óc phê bình

- Vượt lên những thất bại

- Chứng tỏ sức mạnh, không phải quyền lực

- Hòa giải những khó khăn

- Thuyết phục người ta làm công việc mà người ấy phải làm

- Bất đồng nhưng không công kích

- Tín nhiệm người khác

- Nói "cám ơn"

- Làm bạn và giữ bạn

- Thoải mái khi có mặt những người lạ và những bề trên

- Bày tỏ mối quan tâm với mọi loại người.

- Lịch thiệp và điềm tĩnh

- Chứng tỏ có khả năng tha thứ.

- Sống lạc quan

- Đón nhận trách nhiệm

- Giữ bí mật
- Vượt qua yêu sách đòi mình và người khác phải hoàn hảo
- Bên trên sự chỉ trích
- Vui mừng vì tiếng tốt
- Có một đạo đức cá nhân không nghi ngờ được
- Biết dạy bảo
- Thận trọng trong sự tích cực
- Giải quyết được công việc của mình
- Trưởng thành về tâm linh
- Có tinh thần quảng đại và tầm nhìn xa
- Hoàn thành công việc, đặc biệt một công việc khó

Dù việc linh hướng là một ân sủng, chấp nhận một ơn như thế khó mà dễ. "Con ơi, nếu con muốn dấn thân phụng sự Đức Chúa, thì con hãy chuẩn bị tâm hồn để chịu thử thách." (Hc 2: 1) Khi Thiên Chúa tìm được một người sẵn sàng làm linh hướng, cam kết hoàn thành kỷ luật và nhận trách nhiệm lo cho người khác, người ấy thường đến mức quy định. Vì lý do đó việc linh hướng luôn đòi hỏi sức mạnh và niềm tin vượt quá một người bình thường. Ghi-đê-ôn đã hỏi Thiên Chúa: "Có thể nào con làm được điều Ngài gọi con làm?" "Ta sẽ ở với con." Thiên Chúa đáp. (Thủ Lãnh 6: 15-16). Thánh Vịnh 80: 18 nói: "Xin giơ tay bênh vực Đấng đang ngồi bên hữu là con người được Chúa ban sức mạnh."

Linh hướng có thể là một việc khó khăn, nhưng đáng để chúng ta hy sinh. Chúng ta có thể tìm thấy được nguồn an ủi trong những lời khích lệ nhưng đầy thách thức của Georges Bernard Shaw: "Niềm vui thật sự của đời sống, là thường sống cho điều mà bạn thừa nhận như một mục tiêu vĩ đại; là hoàn toàn bị xé nát trước khi bị ném vào đống phế liệu, là trở thành một sức mạnh của tự nhiên thay vì một người ốm yếu, ích kỷ, bồn chồn, bệnh hoạn và bất bình than van rằng thế giới không ân cần làm cho bạn được hạnh phúc."[16]

Việc linh hướng vì là một ơn, nên không ồn ào cũng không khoa trương. Người làm linh hướng quản lý một tác vụ để xóa bỏ bản thân, khích lệ, yên tĩnh, thông suốt và khoan dung. Một người linh hướng chân chính sống những lời đã viết về Đức Giê-su: "Cây lau bị giập, Người không đành bẻ gẫy; tim đèn leo lét cũng chẳng nỡ tắt đi"(Isaia 42: 3).

Người linh hướng chân thật không bao giờ bi quan vì họ biết rằng Thiên Chúa đã thấy cái sau cùng sẽ là vinh quang. Vương quốc sẽ đến, không phải bởi chúng ta, nhưng bất chấp chúng ta.

Người linh hướng chân chính không bao giờ bỏ rơi những người được hướng dẫn vì những người này từ chối đi theo họ hoặc khiển trách họ khi họ xử sự không đúng mực. Tốt hơn, họ lùi lại và luyện tập kỹ năng gây ảnh hưởng, giới thiệu và động viên.

Những người linh hướng chỉ trên danh nghĩa, sống không khác mọi người không phải là những người linh hướng thật sự. Sau cùng người ta đo lường việc linh hướng không phải bởi địa vị hay danh hiệu kể cả việc phong chức, nhưng bởi kết quả. Bài trắc nghiệm người linh hướng là xem những người được linh hướng có trưởng thành trong sự rèn luyện hay không.

Để phản ứng chống lại sự độc đoán của Giáo Hội tiền-Vaticanô II, một phong cách linh hướng, linh hướng từ hàng cuối đã trở nên thịnh hành trong Giáo Hội hậu-Vaticanô II, kết quả là một sự từ bỏ việc linh hướng trở nên phổ biến. Điều này chỉ là phản ứng của những người khao khát trật tự, muốn ly khai khỏi sự hiện diện của thuyết đa nguyên và muốn trở về với sự an toàn tưởng tượng của quá khứ.

Tại sao chúng ta phải chọn giữa những người độc đoán và những người nhát đảm? Tại sao không có những người hướng dẫn tỏa ra sức mạnh và cá tính? Sự hội ý, sự đồng thuận để xây dựng và sức mạnh chia sẻ là điều tốt kể cả cần thiết, nhưng một người linh hướng không thể hướng dẫn từ hàng cuối. "Nếu kèn chỉ phát ra một tiếng mơ hồ, thì ai sẽ chuẩn bị chiến đấu?" (1 Cr 14:8). Những người linh hướng được kêu gọi trở thành những người hướng dẫn đích thực, không chỉ là những người chủ tọa.

Quan điểm và sự thông tin quan điểm bằng lời và bằng công việc là những gì mà người linh hướng phải được chuẩn bị trước tiên. Việc hướng dẫn mục vụ luôn luôn là thông tin quan điểm về vương quốc sẽ đến: trong lúc thuyết giảng, trong cuộc nói chuyện tay đôi và trong gương sáng của con người. Người linh hướng phải thuyết phục người khác rằng người ấy tin vào Tin Mừng, được Tin Mừng kích thích và cá nhân mình đem Tin Mừng ra thực hành.

Vương quốc ở đây và sắp đến là quan điểm. Một nhiệm vụ của người linh hướng là gợi ý cho người ta đến cùng Vương Quốc, qua lời và công việc. Công việc của người linh hướng là gìn giữ cộng đoàn, không nao núng để Vương Quốc của Thiên Chúa ở đây và sẽ đến. Một cách tự nhiên, con người muốn thuộc về và được hỗ trợ, một Giáo Hội phải biết mình thuộc về ai và điều gì mà Thiên Chúa muốn họ phải làm.

Người ta thích bị thách thức và động viên, nhưng không thích bị chỉ trích hoặc xem thường. Họ muốn quan điểm của họ được nâng cao, họ muốn thành tựu của họ đạt đến một trình độ cao hơn, nhân cách của họ vươn lên trên những giới hạn bình thường. Một ít lý do khiến người ta lìa bỏ Giáo Hội là: không được những người lãnh đạo đối xử với lòng tôn trọng và đúng phẩm giá của mình, bị ngăn cản cống hiến tài năng thiên phú, không được lắng nghe, không được trao cho thêm những trách nhiệm.

Khi phản ứng lại việc chấp nhận không phân biệt và phê phán lý thuyết lãnh đạo thế tục của một vài vị lãnh đạo Giáo Hội, những vị lãnh đạo Giáo Hội khác, đặc biệt những vị trẻ hơn đã vứt bỏ hết mọi nguyên tắc lãnh đạo thế tục. Đó là một điều đáng buồn vì nhiều nguyên tắc lãnh đạo thông dụng "hiện đại" được tán thành thực ra là những nguyên tắc có trong Kinh Thánh. Chúng ta phải đọc chúng với óc phê phán nhưng có thể học được nhiều điều từ chúng.

Cũng thế, nhiều người trẻ tuổi lãnh đạo Giáo Hội sẽ không đọc tài liệu hướng dẫn của "Tin Lành." Điều này cũng là một sự kiện đáng buồn, vì "một vài kẻ cả rất nhiều yếu tố có ý nghĩa nhất góp phần cùng xây dựng và mang lại sức sống cho chính Giáo Hội có thể tồn tại bên ngoài biên giới hữu hình của Giáo Hội Công giáo. Những gì được ân sủng Chúa Thánh Thần tạo tác trong lòng các anh em ly khai có thể góp phần cho sự soi sáng của chúng ta."[17] Một người linh hướng chân chính sẽ cởi mở để học từ nhiều nguồn. Chân lý là chân lý bất kể người nói là ai.

Nơi nào mà các Linh mục bắt đầu muốn cải thiện kỹ năng linh hướng của họ? Họ bắt đầu với tương quan của họ với Thiên Chúa. Khả năng linh hướng phát triển tỉ lệ trực tiếp với sự phát triển tinh thần của người linh hướng. Khi người linh hướng trưởng thành, họ cũng gia tăng khả năng hướng dẫn. Khi họ gia tăng khả năng hướng dẫn, những người mà họ hướng dẫn được trao cho sức mạnh để cũng trưởng thành tương ứng. Điều tốt nhất mà các người linh hướng có thể làm cho dân họ là cá nhân họ trưởng thành. Khi những người linh hướng cam kết bản thân họ sẽ trở nên trưởng thành và hiểu biết, họ trở thành những phương tiện tốt hơn để thực hiện công việc của Thiên Chúa. Đức Giáo Hoàng Gioan-Phaolô II đã nói rất hay: "Mọi đào tạo, bao gồm sự đào tạo Linh mục, sau cùng là sự đào tạo bản thân."[18]

# CHỨC LINH MỤC: MỘT LINH HƯỚNG ĐƯỢC CHIA SẺ

*"Mọi Linh mục được hiệp nhất trong một tình huynh đệ thân mật thuộc Bí tích. Vì dù các Linh mục được chỉ định trong vào các nhiệm vụ khác nhau họ vẫn tiếp tục một tác vụ Linh mục. Vì thế không Linh mục nào sống cô lập hay một mình có thể hoàn thành sứ mạng của mình một cách thỏa đáng. Họ chỉ có thể làm thế khi liên kết sức mạnh với các Linh mục khác dưới sự hướng dẫn của các quyền bính Giáo Hội."*

Presbyterorum Ordinis, 7-8[19]

Các Linh mục không chỉ là Linh mục từng người một, nhưng họ là những Linh mục và phục vụ sứ mạng của Giáo Hội trong một Linh mục đoàn được Giám mục hiệp thông.

Nhờ có Công đồng Vaticanô II và đặc biệt Giáo Hoàng Gioan Phaolô II, thần học về chức Linh mục, thường được quy về "tình huynh đệ thân thiết thuộc Bí tích," hoạt động như một đội ngũ dưới một Giám mục đã được phục hồi. Thần học cổ xưa này mạnh mẽ trong những ngày đầu của Giáo Hội, nhưng đã bị bỏ quên qua nhiều thế kỷ, cho đến thời đại chúng ta. Từ Tân Ước và các bản văn của Ki-tô hữu tiên khởi, chúng ta thấy rằng Giáo Hội cổ xưa không suy nghĩ trong các từ ngữ chỉ các Linh mục đơn độc nhưng về một Linh mục đoàn (presbyterium). Đó là một tập thể các Linh mục xung quanh vị Giám mục để giúp cho ngài thực hiện tác vụ của ngài.

Tại sao ý tưởng ấy đã bị xao lãng?[20]

(1) Với sự mở rộng của Giáo Hội ra bên ngoài những thành phố của Hội Thánh ban đầu, sau khi Giáo Hội đã được hợp thức hóa, có một sự thụt lùi từ ý tưởng ban đầu về tính tập đoàn và một phương hướng chung hướng đến cá nhân, thay vì một tác vụ của đoàn Linh mục. Sự xa cách thành phố về mặt vật lý nơi Linh mục đoàn được gặp gỡ đã hạn chế các Linh mục tham gia vào tập thể đó.

(2) Một yếu tố lịch sử khác cổ vũ cho chủ nghĩa cá nhân là sự phát triển hệ thống lợi lộc và kết quả là tác vụ cho một nhà thờ đặc thù thì người bảo trợ nhà thờ sẽ bảo đảm sự hỗ trợ kinh tế cho Linh mục. Điều này góp phần làm suy yếu đời sống chung và sự cộng tác giữa các Linh mục vì họ cảm thấy ít bị ràng buộc vào vị Giám mục hơn là với người bảo trợ của họ.

(3) Một số người thấy sự khẳng định cá nhân đến từ Công Đồng Tri-đen-ti-nô nhấn mạnh đến tính chất của cá nhân Linh mục với phẩm giá đặc biệt và sức mạnh cá nhân để cử hành Thánh Thể một cách riêng tư.

Tuy nhiên, với sự mở rộng của Giáo Hội, khái niệm cộng đồng tư tế, cũng như ý nghĩa của từ ngữ *Linh mục đoàn*, có thể nói đã mất dần qua nhiều thế kỷ lãng quên. Từ ngữ lãng quên đáng được nhấn mạnh. Như đã được ghi chú ở trên đó là sự sụp đổ của ý tưởng mạnh mẽ *tác vụ của Linh mục đoàn* làm xuất hiện việc thực hành tác vụ cá nhân của các Linh mục.

Trong thời đại chúng ta, điều đáng lưu ý là chính các Giám mục có khả năng nhiều nhất để mô tả sự lãng quên ấy và những vấn đề từ đó mà ra. Trong *Kế Hoạch Cơ Bản để Đào Tạo Linh Mục Đang Tiến Hành*, các Giám mục nói: "Một Giám mục có nhiều trách nhiệm và nhiều việc đòi ông phải quan tâm.

Việc thống nhất Linh mục đoàn không được coi như bởi áp lực ví dụ như để xử lý những Linh mục cá nhân có vấn

44

đề, với sự phân bổ và chỉ định của giới tu sĩ, hoặc với sự tuyển chọn những ứng sinh mới. Xây dựng Linh mục đoàn thống nhất có thể đặt vào cuối danh sách các quyền ưu tiên. Thật vậy, chính sự xao lãng việc phân chia các đặc ân sau cùng dẫn đến nhiều vấn đề kèm theo trong giáo phận."[21]

Không có sự lãnh đạo mạnh mẽ của Giám Mục, người đứng đầu Linh mục đoàn của giáo phận khi trình bày một quan điểm thống nhất và cởi trói cho sức mạnh của nhóm, nhiều Linh mục trong giáo phận rơi vào thói quen hoạt động như một nhân viên lâm nghiệp gác rừng một mình. Vì tiếp tục xao lãng, thờ ơ và thiếu việc chia sẻ quan điểm, nên một điều gì đó mới nhưng có hại hơn đang xảy ra. Các Linh mục bắt đầu hình thành những "nhóm bộ tộc" ngay ở giữa Linh mục đoàn của họ. Không chia sẻ cùng một quan điểm, các nhóm nhỏ gồm các Linh mục có ý kiến giống nhau ở lại với cuộc chiến mà người có quan điểm đúng đã rời bỏ.

Cả "các Linh mục thực hành riêng rẽ" trong quá khứ mới đây, cũng như các Linh mục theo quan điểm bộ tộc hôm nay đều bay trên bề mặt giáo huấn vững chắc của Giáo Hội."… Linh mục không thể tự mình hành động; người nào hành động với Linh mục đoàn trở thành người anh em của mọi người trong đoàn Linh mục."[22] "Vì thế một Linh mục sẽ cố gắng tránh sống chức Linh mục của mình một cách cô lập và chủ quan, và phải cố gắng làm nổi bật một cộng đoàn huynh đệ ..."[23] " … Linh mục không bao giờ đem mình phục vụ cho một ý thức hệ hay một bè phái của con người."[24]

Sự thống nhất của Linh mục đoàn đã bị thờ ơ quá lâu đến nỗi không có một bản đồ rõ ràng nào để đi theo. Một lần nữa chính các vị Giám Mục đã mô tả tình hình và sự thiếu sót định hướng rõ ràng cho tương lai: "Giáo Hội tiếp tục đào sâu sự hiểu biết về đời sống và tác vụ của Linh mục, vấn đề này xuất hiện trong Công Đồng Vaticanô II, nghĩa là Linh mục không phải là Linh mục từng người một, nhưng họ là Linh mục và phục vụ cho sứ mạng của Giáo Hội trong một Linh mục đoàn liên kết với Giám Mục. Ý nghĩa liên kết thành tập thể của căn tính và sứ mạng của Linh mục dù không được triển khai đầy đủ trong các văn kiện chính thức, đã xuất hiện rõ ràng như một định hướng quan trọng của tương lai."[25] Với tất cả sự khôn ngoan, chúng ta ghi nhận sự khác nhau giữa sự đào tạo tiếp tục của cá nhân Linh mục và sự đào tạo tiếp tục của đoàn Linh mục. Sự đào tạo tiếp tục của cá nhân Linh mục là quan trọng, nhưng sự đào tạo tiếp tục của toàn thể đoàn Linh mục lại càng cần thiết hơn. *Pastores Dabo Vobis* tóm tắt giáo huấn Vaticanô II đã đưa ra lời thách đố đơn giản này: "Tác vụ có chức thánh có một *hình thức cộng đoàn* triệt để và chỉ có thể được thực hiện như một công việc tập thể."[26]

Một vị Giám mục khả kính miền Tây Nam vừa qua đã nói rằng: "Vấn đề quan trọng nhất" mà ông phải đương đầu với các Linh mục là họ "không có khả năng làm việc với nhau." Điều đáng buồn đó không chỉ là vấn đề của giáo phận ông, nhưng là một vấn đề ngày càng lớn mà nhiều Linh mục đoàn trong đất nước này phải đối mặt. Ông không chỉ mô tả sự yếu kém trong các Linh mục chúng ta, nhưng còn mô tả sự yếu kém chủ yếu của các Giám mục không có hoặc thiếu khả năng mang lại điều tốt nhất cho các Linh mục đoàn chúng ta.

Làm thế nào Linh mục đoàn được ủy thác để trở thành "người của sự hiệp thông" lãnh đạo một Giáo Hội chia rẽ và các giáo xứ chia rẽ khi chính họ đã chia rẽ? Làm thế nào các Linh mục có thể hướng dẫn những giáo xứ đa văn hóa trong một thế giới đa văn hóa ngày càng trở nên đa tôn giáo khi họ không thể làm việc chung với nhau? Linh mục được mời gọi ở trên cùng một chiến tuyến để chữa lành những chia rẽ trong những giáo xứ chúng ta, trong Giáo Hội chúng ta và cả trong thế giới chúng ta.

Như *Kế Hoạch Cơ Bản để Đào Tạo Tiếp Tục các Linh Mục* ghi nhận, những chia rẽ ấy có những hệ quả quan trọng. Linh mục có ơn gọi trở thành Mục tử, chủ chăn của các linh hồn đối với mọi người, bất chấp cấu trúc văn hóa hay thần học, định hướng hay tuổi tác, nếu một Linh mục không thể hiệp thông với Linh mục đoàn của mình làm sao có thể hy vọng ông trở thành một "người hiệp thông" đối với Giáo Hội của mình?

(1) Những sự chia rẽ ấy dẫn đến sự thu nhỏ tính hiệu quả tiềm tàng trong việc sử dụng các tài nguyên nhân bản có giá trị cần thiết để đối phó với các vấn đề gây áp lực.

(2) Khi những chia rẽ này trở nên công cộng và thường là thế, chúng gây ra một phản cảm đối với cộng đoàn và làm nản lòng những người cảm thấy mình được gọi làm Linh mục.

(3) Những chia rẽ này gây ra nỗi cô đơn, đặc biệt đối với các Linh mục mới nhất. Đây là nguyên nhân lớn nhất khiến nhiều người lìa bỏ chức thánh trong năm năm đầu của họ. Những người này lìa bỏ như thế vì những cảm xúc cô đơn, biệt lập, bị đánh giá thấp và không liên kết được. Khi Linh mục đoàn của họ giống với một "hiệp hội lỏng lẻo của những người hoạt động biệt lập" thay vì là một "tình huynh đệ thân mật trong Bí tích," hầu như người ta có thể bị tổn thương khi tìm một quan hệ lứa đôi để thay thế.

(4) Sau cùng, những chia rẽ có thể thay đổi trọng tâm của các Linh mục - từ quan điểm bao trùm giáo phận đến một quan điểm nhấn mạnh đến tính địa phương chật hẹp của giáo xứ mình mà kết quả là chủ nghĩa địa phương chật hẹp.[27]

Các Linh mục đoàn liên kết chặt chẽ sẽ không xảy ra ngẫu nhiên, nhưng bởi ý hướng. Từ ngữ ý hướng đến từ một tiếng La-tinh *intendere* có nghĩa là "kéo dài đến, nhắm đến." Ý hướng là một hành vi của ý muốn qua đó ý muốn mong ước đạt đến một mục tiêu một cách có hiệu quả khi sử dụng các phương tiện. Nó là sự tập trung ý muốn vào một điểm quan trọng để giải quyết. Chúng ta phải thật sự muốn điều đó trước khi chúng ta có thể có nó.

Giống như mười hai tông đồ đầu tiên, Đức Ki-tô kêu gọi các Linh mục của Ngài chống trả những gì đe dọa sự thống nhất của nhóm – đặc biệt làm việc một mình, làm việc quá nhiều và làm việc chống lại nhau (Mc 6:7-12, 30-32; 10:35-45).

Linh mục đoàn thống nhất và lành mạnh không thể xuất hiện khi mỗi người trong đoàn làm việc của mình. Các Linh mục trong Linh mục đoàn giống như một dàn nhạc chứ không phải là một hiệp hội lỏng lẻo của những người hát sô-lô. Thánh I-nha-xi-ô thành An-ti-ô-kha thường nói đến Linh mục đoàn, đã nói, "Linh mục đoàn của anh em là một uy tín đối với tên gọi, một uy tín đối với Thiên Chúa; vì nó hài hòa với Giám mục như các dây đàn của đàn hạc bổ sung nhau."[28] Không có những người lãnh đạo gợi ý cho các Linh mục và dẫn đưa họ đến một quan điểm chung, những quan điểm của các bè nhóm nhỏ sẽ tiếp tục đấu đá nhau trên đầu người có quan điểm đúng. Một người lãnh đạo thật sự chia sẻ một quan điểm kêu gọi các cá nhân Linh mục đến với điều cao cả khi thể hiện quan điểm đó thành thực tại. Vince Lombardi đã diễn giải: "Sự tham gia của cá nhân vào một nỗ lực của nhóm – điều này làm nên công việc của Linh mục đoàn, một công việc của công ty, của hiệp hội, một công việc của văn minh."

Để hướng về mục tiêu và thống nhất, các Linh mục của giáo phận tuyên hứa long trọng hai điều: sống độc thân và vâng lời. Không có nghĩa tiêu cực, những lời hứa độc thân và vâng lời có nghĩa là làm cho chúng ta được tự do để thi hành tác vụ. Các linh mục có được sự đào tạo mở rộng trong đời sống độc thân, nhưng không phải trong sự vâng lời. Vâng lời là đứa con ghẻ bị bỏ quên trong các lời hứa của Linh mục. Khi đã hứa người ta thường quên nó. Trong hai lời hứa, chỉ một lời luôn được lắng nghe nhiều là sống độc thân. Lời hứa kia vẫn quan trọng hơn cho tác vụ hợp nhất đối với dân Thiên Chúa.

"Trong số những nhân đức cần thiết nhất cho tác vụ Linh mục là thiên hướng của linh hồn làm cho Linh mục luôn luôn sẵn sàng không tìm kiếm ý riêng, nhưng ý muốn của Đấng sai họ"[29]

Lời hứa vâng lời có những hàm ý vượt qua mối tương quan của các cá nhân Linh mục với vị Giám mục của mình. Sự vâng lời của Linh mục cũng có chiều kích cộng đoàn. Đó không phải là sự vâng lời của cá nhân một mình liên hệ với quyền bính, nhưng đúng hơn một sự vâng lời góp phần sâu xa vào sự hợp nhất của Linh mục đoàn.[30]

Lời hứa vâng lời bao hàm một lời hứa với các thành viên đồng sự trong Linh mục đoàn. Lời hứa này quả thật là lời hứa trở thành một "người chơi trong cùng một đội" với Giám mục và những thành viên khác của Linh mục đoàn vì mục đích chung mà họ chia sẻ.[31]

Sự vâng lời này đòi hỏi một tinh thần mang dấu ấn của sự khổ chế, với cả hai nghĩa: một là không bị trói buộc bởi những sở thích hoặc bởi những quan điểm riêng và hai là theo nghĩa để cho anh em Linh mục cơ hội sử dụng năng khiếu và tài năng của họ, gạt bỏ mọi hình thức ganh tị, ham muốn, đối đầu. Sự vâng lời của Linh mục có tính liên đới, dựa trên sự lệ thuộc vào một Linh mục đoàn duy nhất. Bên trong Linh mục đoàn sự vâng lời này được diễn tả trong tính đồng trách nhiệm liên quan đến những định hướng đã theo và những chọn lựa đã làm.[32]

Sự vâng lời của Linh mục được sống trong một bầu khí luôn sẵn sàng để mình được nắm lấy, như bị "ăn mất," bởi nhu cầu và đòi hỏi của đoàn chiên, đặc biệt khi các nhu cầu ấy hợp lý và chân thật."[33]

Khi ý thức và hiểu rõ hơn về lời hứa vâng lời ấy của họ, các Linh mục sẽ muốn nhớ lại nhiều hơn rằng họ sẽ không thực hiện tác vụ của riêng mình nhưng họ là những người bạn lao công giúp đỡ Giám mục thực hiện một tác vụ chung. Sự hiểu biết mở rộng về lời hứa vâng lời là điều duy nhất mà các Linh mục trong giáo phận có trong kho vũ khí của họ; nó trực tiếp nói về sự hiệp nhất của họ làm thành một nhóm vì qua lời hứa ấy, họ hứa với nhau thành những người chơi trong cùng một đội với Giám mục và với nhau. Cách hiểu phong phú này về lời hứa vâng lời sẽ là điều quan trọng giúp cho các Linh mục canh tân Linh mục đoàn của họ.

Sự thành công trong việc đổi mới Linh mục đoàn và mục đích của việc đổi mới có ý nghĩa chung trước tiên ở chỗ các Giám mục và các Linh mục đều muốn có sự hiệp nhất ấy. Các Linh mục cần có một cuộc đối thoại chân thành giúp họ nhận ra điều phải được bảo vệ từ quá khứ và điều phải đảm nhận trong hiện tại và đi vào tương lai. Cuộc đối thoại chân thành này có thể dẫn họ đến việc phát triển một mô hình mới với những cơ cấu khả thi giúp họ phục vụ tốt hơn dân Thiên Chúa và trở thành những nhân chứng tốt hơn của Tin Mừng.

Giáo Hội không thể cung cấp sức mạnh chiến đấu cho các Linh mục. Các Linh mục mang ơn nhau vì điều đó, cả thế hệ Linh mục kế tiếp và những người phục vụ để trở thành điều mà Giáo Hội kỳ vọng nơi họ: "Tình huynh đệ thân mật trong Bí tích" đối với một tác vụ chung.

# LINH MỤC GIÁO XỨ LÀ NGƯỜI LINH HƯỚNG

*"Các Linh mục là những thầy dạy Lời, thừa tác viên các Bí tích và người hướng dẫn các cộng đoàn Ki-tô hữu được giao phó cho họ"*
Lumen Gentium, số 28[34]

Trước hết, linh đạo của Linh mục giáo xứ đương nhiên bám rễ từ linh đạo của người đã chịu phép Rửa, sống mỗi ngày sự chết và sự sống lại của Đức Ki-tô. Từ đó linh đạo phép Rửa này được sống trong bối cảnh đặc biệt của tác vụ Linh mục cũng như những người đã kết hôn sống linh đạo của họ trong bối cảnh đặc biệt của một bên hôn phối và của bậc làm cha mẹ. Sách giáo lý nói rằng, hai Bí tích ăn khớp với nhau không chỉ cho phần rỗi cá nhân nhưng còn cho phần rỗi của người khác. *"… nếu hai bí tích ấy góp phần tốt đẹp vào phần rỗi cá nhân thì qua việc phục vụ người khác chúng cũng mang lại phần rỗi."*[35] Linh đạo của một bên phối ngẫu và của Linh mục giáo xứ xuất hiện từ bối cảnh "thực hiện" ơn gọi đặc thù của chúng.

Ở một bình diện cơ bản nhất, linh đạo của Linh mục có tính Giáo Hội, dành cho Giáo Hội. Cha xứ được gọi từ giáo dân, để sống giữa giáo dân, phục vụ cho sứ mạng và tác vụ của giáo dân. Ở đây cha xứ có ba chức năng: giáo huấn Lời, thừa tác viên cử hành Bí tích và hướng dẫn cộng đoàn đức tin được trao cho ông. Vì thế, bối cảnh đặc thù của linh đạo cha xứ được bao bọc trong việc thực hiện tốt ba điều ấy giống như linh đạo của người đã kết hôn được bao bọc trong trong việc làm chồng hay vợ tốt và làm cha hay mẹ tốt.

Trên sàn nhà ở cửa vào Chủng Viện Thánh Meinrad có khảm một huy hiệu của trường. Xung quanh một ít biểu tượng là những chữ "sanctitatae et scientia," "sự thánh thiện và kiến thức," để nhắc các Linh mục tương lai rằng họ phải tốt lành và tốt lành trong những việc họ làm. Họ phải có được sự thánh thiện cá nhân và kiến thức hữu ích.

Ý tưởng này xác nhận trong lời dạy của Đức Giê-su về "Người Mục Tử Tốt Lành." Linh mục được kêu gọi hành động *in personna Christi*, và như thế Mục Tử Nhân Lành là kiểu mẫu tác vụ của họ. Ít nhất có hai từ ngữ Hy Lạp nói về "tốt lành," *agathos* và *kalos*. *Agathos* có nghĩa là "tốt lành," như trong cái tốt về tinh thần. Kalos có nghĩa là tốt mang lại hiệu quả hoặc "tốt cho" một việc nào đó. Cái tốt trong "Người Mục Tử Nhân Lành" của Phúc Âm là "kalos," "tốt cho việc chăn đàn." Vì thế Đức Giáo Hoàng Gioan-Phaolô II có thể được gọi là agathos và kalos, một người nhân lành và tốt lành trong việc chăn dắt đàn chiên. Linh đạo của cha xứ bao gồm việc trở thành một người nhân lành và trở thành một Linh mục hiệu quả trong việc coi sóc giáo dân.

Không phải sự thánh thiện cá nhân cũng như thiện chí có thể thay thế cho năng lực. Một Linh mục hôm nay không chỉ cần phải tốt và có phương tiện tốt, họ cần phải tốt trong công việc họ làm: họ cần phải thánh thiện và có năng lực. Một linh đạo nổi bật của cha xứ sẽ là một vấn đề không phải của cha xứ hay của giáo xứ, nhưng của cả hai. "Đừng thờ ơ với cái anh đang có, đặc sủng Thiên Chúa đã ban cho anh nhờ lời ngôn sứ khi đoàn tư tế đặt tay trên anh. Anh hãy thận trọng trong cách ăn nết ở và trong lời giảng dạy. Hãy kiên trì trong việc đó. Vì làm như vậy, anh sẽ cứu được chính mình, lại còn cứu được những người nghe anh giảng dạy." (1 Ti-mô-thê 4:14-16).

Trong linh đạo các cha xứ tiền-Vaticanô II, *agathos* được đề cao. Nó tập trung trước tiên vào các khía cạnh khổ chế và sùng tín của đời sống nội tâm. Việc cử hành Thánh Thể, đọc kinh nhật tụng, lần chuỗi, và tham gia các giờ sùng kính khác là suối nguồn và nhiên liệu cho linh đạo của họ. Trong Công Đồng Vaticanô II chúng tôi thấy có thay đổi việc nhấn mạnh khi thêm vào *kalos*. Sự thay đổi này là một phát triển hơn là phân biệt vì nó xây dựng trên những yếu tố chính trong truyền thống linh đạo của các Linh mục. Linh đạo của các Linh mục đã tiến hóa đến sự lệ thuộc hỗ tương của *agathos* (một linh đạo đặt nền trên cá nhân) và *kalos* (một linh đạo đặt nền trên tác vụ).

Tuy nhiên, linh đạo nổi bật của cha xứ có thể được suy nghĩ như một linh đạo biện chứng bám rễ trong đời sống đức tin và cầu nguyện của ông và cùng lúc được hình thành và tôi luyện bởi việc tập luyện chức tư tế thừa tác. Cực kia của biện chứng là sự thánh thiện cá nhân chung cho mọi người đã được Rửa tội. Chính ở cực sau của biện chứng chúng ta mới khám phá những sự việc cho phép nói đến linh đạo phù hợp với Linh mục của giáo phận. Linh đạo duy nhất của cha xứ được hình thành và rèn luyện trong ba vai trò giữa cộng đoàn đức tin: thuyết giảng, chủ toạ và hướng dẫn; không chỉ trong các thực hành khổ chế và sùng tín cá nhân.

Nếu linh đạo của cha xứ thuộc *Giáo Hội*, không thuộc về *cá nhân* Linh mục được coi là một người phục vụ cộng đoàn *tập trung vào dân*, một sự nhấn mạnh rất khác với quan niệm tiền-Công Đồng Vaticanô II, giáo hội *tập trung vào Linh mục*. Trong một Giáo Hội được hiểu là dân Thiên Chúa, Linh mục làm nhiệm vụ của một người phục vụ dân Thiên Chúa và như một người có tác vụ thực hiện trong sự cộng tác và sự lệ thuộc hỗ tương với những tác vụ khác trong Giáo Hội. Linh đạo của cha xứ vì thế được hình thành và rèn luyện bởi ba vai trò trong cộng đoàn đức tin là thầy dạy Lời, thừa tác viên cử hành các Bí tích và hướng dẫn đức tin của cộng đồng. Cá nhân cha xứ thánh thiện không đủ; cha xứ cũng phải tốt trong ba tác vụ cơ bản của ông.

Dù những nghiên cứu cho thấy phần lớn các cha xứ thích làm nhiệm vụ thứ hai trong ba nhiệm vụ, chủ sự việc cử hành các Bí tích, và ngày nay một ít người thích làm các Linh mục phụng tự hơn là "các Linh mục hướng dẫn và phục vụ," chúng ta không thể là Linh mục kiểu quán ăn tự phục vụ, chọn món này bỏ món khác. Chúng ta được kêu gọi sống cả hai nhiệm vụ ấy.

Một vài cha xứ có ơn gọi bên trong một ơn gọi. Họ được gọi trở thành Mục tử. Đối tượng chủ yếu của hành động Mục tử là sự tốt lành chung. Như thế, người Mục tử phải chuyển đổi từ điểm nhìn cá nhân của mình đến điểm nhìn toàn cảnh. Không giống như một chủng sinh hay một phụ tá cố vấn về tinh thần, người Mục tử không sống xa hoa dù chỉ theo quan điểm cá nhân. Có những người không bao giờ hiểu được sự khác nhau đã chia rẽ các tu hội thành "những người theo tôi và những người chống tôi." Một Mục tử không bao giờ có thể là người phục vụ cho một ý thức hệ hay một bè phái.

Một Mục tử luôn luôn chuyển từ một chiều kích cá nhân đến chiều kích cộng đoàn. Vì thế nhiệm vụ của ông chính là hòa giải những não trạng khác nhau sao cho không ai thấy mình xa lạ trong cộng đoàn tín hữu. Các Mục tử là những người bảo vệ sự tốt lành chung mà họ đảm đương nhân danh Giám mục. Đồng thời, họ là những người bảo vệ hăng hái cho chân lý, để cho tín hữu không bị chao đảo trước mỗi cơn gió mạnh của dư luận."[36]

Khi Đức Giê-su bàn luận về linh hướng, Ngài luôn dùng các từ ngữ "phục vụ" (x. Mác-cô 10: 42-43). Hình ảnh người tôi tớ khuyến khích chúng ta nhìn linh hướng không như quyền bính và uy thế nhưng như phục vụ và tận tâm. Một người phục vụ kiểu mẫu không lúc nào xin từ bỏ vai trò hướng dẫn. Đức Giê-su vừa là tôi tớ vừa là người hướng dẫn, và Ngài không bao giờ nhìn hai vai trò ấy theo cách loại trừ nhau. Có hai thái cực phải tránh: sự độc đoán (thực hành tác vụ theo cách ôm đồm bao biện) và sự khước từ (khinh thường vai trò chính đáng của người hướng dẫn). Từ khóa ở đây là quyền bính đúng cách. "Linh mục phải tránh đưa vào trong mục vụ mọi hình thức của tính độc đoán và các hình thức điều hành dân chủ xa lạ với thực tại thâm sâu của tác vụ, vì điều này sẽ dẫn đến việc tục hóa Linh mục và Giáo sĩ hóa người giáo dân."[37]

Một cha xứ không bao giờ nên tham gia vào một nhóm gây chia rẽ hay một lực lượng phá hoại nào. Một số Linh mục có xu hướng kết thành bè phái, ngay khi còn trong chủng viện, với các nhóm nhỏ trong Linh mục đoàn và trong Giáo Hội nói chung, để tạo ra một bầu khí phá hoại gieo nghi ngờ và thù ghét giữa họ và chúng ta. Thứ vi khuẩn này ngăn cản người ta tham gia vào cuộc đối thoại với lòng tôn trọng. Trong ít năm gần đây điều này đã khởi động trong chính sách của Hoa kỳ và giờ đây đã lan tràn đến các nhà thờ của chúng ta và cả các tâm hồn của một số Mục tử.

Làm thế nào một Linh mục có thể hướng dẫn cộng đoàn được giao phó cho mình chăm sóc đi đến sự hiệp nhất khi Linh mục là một phần của sức mạnh gây chia rẽ dù dưới chiêu bài "chính thống"? Trong tông thư, Ecclesiam Suam, Giáo Hoàng Phaolô VI nói rằng cuộc đối thoại của chúng ta thì "không tự mãn cũng không gay gắt; nó không công kích; nó bình an; nó tránh những phương pháp bạo động và những lời nói gai góc; nó kiên trì quảng đại và đầy lòng tôn trọng."[38]

Có hai cách khác nhau để dẫn dắt đoàn chiên. Một cách là bước đi trước chúng như người Mục Tử Nhân Lành đã làm, dịu dàng gọi chúng khi chúng đi theo sau, dẫn chúng đến nơi chúng cần đến. Cách kia là quát tháo, nạt nộ từ đàng sau, như chó giữ chiên, đuổi bắt và làm chúng hoảng sợ để chúng đi đến nơi cần đến. Các Mục tử nhân lành hướng dẫn bằng việc mời gọi. Các con chó giữ chiên dồn đuổi bầy chiên. Các người lính hướng lôi kéo. Các ông chủ thúc đẩy.

Liên quan đến điều này là xu hướng đưa những lời trách mắng vào trong bài giảng công cộng, và xu hướng này tràn ngập trong lời nói của một số cha xứ. Cha Bill Corcoran ở Chicago đã vạch ra nhiều hậu quả đáng tiếc cho Giáo Hội khi những Linh mục hướng dẫn bị coi là những người quở trách trong làng. Nếu các Mục tử không thể tiếp cận tác vụ của họ trong đường lối tích cực, thì có lẽ tốt hơn là họ nên giữ im lặng.

Đôi khi những người khác cảm nghiệm các cha xứ như những quan thái thú có thái độ tiêu cực với tất cả những gì mà xã hội đã dâng nộp. Các cha xứ cần để mình đứng vững trong nỗi kính sợ Thiên Chúa tốt lành đã tạo thành trong thế giới chúng ta. Họ cần tôn vinh và tạ ơn Thiên Chúa vì những gì tốt lành nơi người khác, vì sứ mạng, ơn gọi và Giáo Hội của họ. Xử lý sai lầm là điều cần thiết, nhưng xử lý như thế nào cũng quan trọng. Các Linh mục giáo xứ cần giữ gìn sứ điệp và sứ điệp này là một Tin Mừng của Hy Vọng. Khi chúng ta mất hy vọng, chúng ta sẽ cầu nhàu, gắt gỏng. Những người linh hướng là những người xử sự trong hy vọng, không phải trong giận dữ và bi quan.

Nhiều quan sát viên thành thạo về Giáo Hội nhấn mạnh rằng nhu cầu cấp thiết nhất mà Công giáo hôm nay phải đối diện là phẩm chất việc linh hướng của các Linh mục. Dù không ai xếp phẩm chất của việc linh hướng của các Linh mục trên bậc thang những ưu tiên nào của Giáo Hội, đó rõ ràng là một vấn đề liên quan đến sức sống của Giáo Hội trong bất cứ thời đại nào Giáo Hội tìm kiếm chính mình.

Sự xác thực và chín muồi của linh đạo Linh mục vẫn là vấn đề nền tảng như củng cố sự thuyết giảng, chủ trì, tạo sự thuận lợi và điều hành. Kỹ năng mục vụ có thể được dạy, nhưng chúng vẫn chỉ là các kỹ thuật nếu không bám rễ vào một linh đạo trưởng thành vốn thường đến với tuổi đời và kinh nghiệm. Khi ngày càng nhiều người trẻ trở thành Mục tử trong Giáo Hội, sự trưởng thành này ngày càng trở nên quan trọng. Việc dấn thân theo một mục tiêu cao cả không có nghĩa người ta đương nhiên đã phát triển sức mạnh nội tâm để hoàn thành sự dấn thân ấy.

Tóm lại, linh đạo của cha xứ bao hàm việc thống nhất bản chất của Linh mục với công việc Linh mục ấy làm, trở thành một người tốt lành khi làm tốt công việc của ông, góp phần vào phần rỗi của ông qua việc ông phục vụ những người khác. Nếu một cha xứ phải trở thành một "linh hướng," ông phải khẳng định việc giảng dạy, khẳng định việc chủ trì các Bí tích và khẳng định vị thế của riêng mình như người hướng dẫn cộng đồng đức tin.

# KHẲNG ĐỊNH VIỆC GIẢNG DẠY

## Linh mục là người giảng dạy Lời Chúa

*"Linh mục có nhiệm vụ đầu tiên là công bố Tin Mừng của Thiên Chúa cho mọi người. Vì qua việc giữ gìn Lời Chúa, một tia sáng đức tin đánh động tâm hồn của người vô tín và nuôi dưỡng tâm hồn của tín hữu."*

Presbyterorum Ordinis, số 4[39]

Khi nói về linh hướng thì những lời của nhà thuyết giảng Tin Lành nổi tiếng, Dwight Moody được coi là hay nhất. "Cách tốt nhất để làm sống lại một Giáo Hội là tạo nên một ngọn lửa trong việc rao giảng." Không có chỗ nào tốt hơn đối với một Linh mục để làm linh đạo bằng tòa giảng, tuy có nhiều cha xứ bỏ phí cơ hội bằng vàng này mỗi tuần và mọi tuần, khi không chuẩn bị bài giảng hoặc bài giảng tầm thường. Nếu một Linh mục có ước muốn cháy bỏng làm linh hướng, người ấy phải khẳng định bằng việc giảng dạy của mình.

Nhiều người đã nghe từ ngữ "sự thuyết giảng áp đảo," có nghĩa là một luật sư dùng thuật diễn thuyết hùng hồn để lái việc xử án theo ý mình. Từ ngữ này bắt đầu với việc Tổng thống Theodore Roosevelt ám chỉ Nhà Trắng như một "tòa giảng áp đảo," một diễn đàn hùng hồn từ đó ông trình bày những tư tưởng chính trị của ông. Roosevelt thường dùng từ "áp đảo" như một tính từ có nghĩa là "hùng hồn" hay "tuyệt vời."

Một cha xứ có cách thuyết giảng áp đảo, một diễn đàn hùng hồn để ông có thể đúc nặn, hình thành và hướng dẫn

Dân Chúa. Người ta có thể tưởng tượng Giáo Hội sẽ thay đổi biết bao theo hướng tốt hơn nếu các Linh mục chỉ thuyết giảng với sự đam mê. Những bài giảng Công giáo quả thật chứa đựng những kho tàng chờ được công bố. Chính từ tòa giảng mà một Linh mục có thể làm linh hướng một cách hiệu quả. Việc thuyết giảng ở giáo xứ có thể được xác định như "sự hướng dẫn theo nhóm từ tòa giảng."

Hầu hết các Mục tử, phải thuyết giảng khi bản thân ông tham gia việc thuyết giảng năng động cũng như giám sát và lên kế hoạch tác vụ thuyết giảng trong giáo xứ. Công việc của ông là phải luôn rèn luyện và hướng dẫn các Linh mục phụ tá, Phó tế, dĩ nhiên bất cứ ai đảm nhận tác vụ thuyết giảng, với một kế hoạch hành động thận trọng và chặt chẽ. Vai trò của người Mục tử là phải hỏi rằng: "Chúng ta muốn hướng dẫn cộng đoàn này đến đâu và chúng ta phải làm gì để đi tới đó?"

Thánh Grêgôriô Cả có những điều thú vị để nói về việc thuyết giảng trong luận văn "Chăm sóc mục vụ." Ngài nói rằng người thuyết giảng phải vừa lợi khẩu vừa thận trọng trong việc giữ im lặng vì sợ rằng mình giữ im lặng điều phải nói và nói điều phải giữ im lặng. Thông thường, ngài nói, các Linh mục sợ đánh mất sự quý mến của người đời, sợ nói tự do về điều đúng, như Isaia 56:10 gọi họ là "chó câm, không biết sủa." Mặt khác, ngài nói khi người linh hướng chuẩn bị nói, người ấy phải ấp ủ trong đầu sự suy nghĩ thận trọng về bài nói chuyện của mình, vì nếu diễn từ của mình phát biểu vội vàng, sắp xếp lộn xộn thì tâm hồn người nghe sẽ tổn thương vì mắc sai lầm và khi người ấy muốn xuất hiện một cách khôn ngoan thì ý chí thiếu khôn ngoan làm đứt lìa các mối dây đoàn kết.[40]

Thánh Grêgôriô Cả cũng đề cập vấn đề nói quá nhiều. Thông thường, ngài nói, sức mạnh của điều được nói bị yếu đi trong tâm hồn của người nghe bởi sự cẩu thả, sơ suất và dòng thác ồ ạt của lời.[41] Trong một cuộc tĩnh tâm các Linh mục, Cha Walter Burghart gọi đó là chứng táo bón của tư tưởng và chứng tiêu chảy của ngôn từ.

Nếu nhiệm vụ đầu tiên của các Linh mục là công bố Tin Mừng thì "ai được giao phó nhiều thì sẽ bị đòi hỏi nhiều hơn" (Lc 12: 48). Nếu không đánh giá cao sức mạnh của Lời và phí phạm "sự thuyết giảng hùng hồn" được giao cho họ thì đó là một trong các lỗi nặng mà các cha xứ có thể phạm phải.

Nếu "nhiệm vụ đầu tiên" của các Linh mục là thuyết giảng, thì điều này nói dễ hơn làm! Mặc dù Công Đồng Vaticanô II đã có sắc lệnh này năm 1965, hãy hỏi một người Công giáo lương thiện bốn mươi mấy năm sau và người ấy sẽ nói với bạn rằng các Linh mục vẫn còn thiếu sót trong nhiệm vụ đầu tiên này. Những người Công giáo vượt qua ranh giới của giáo phận đi tìm những thức ăn tâm linh rắn chắc nơi khác và khi họ không tìm thấy, họ rời bỏ chúng ta để gia nhập những Giáo Hội độc lập có hàng triệu người đang xuất hiện như nấm trên khắp đất nước này và những người non nớt ấy đã ra khỏi các giáo xứ của chúng ta với một tốc độ báo động. Đã qua rồi việc giải thích "nhiệm vụ đầu tiên của Linh mục là thuyết giảng" từ suy nghĩ mong muốn hướng về một thực tại hiển nhiên! Trước khi một người có thể trở thành một "chuyên viên rao giảng" cho Giáo Hội, có mấy vấn đề cần phải xem xét.

## MỤC ĐÍCH CỦA VIỆC THUYẾT GIẢNG

Mục đích của việc thuyết giáo là: "…kêu gọi mọi người nhanh chóng hoán cải và nên thánh."[42] Một cha xứ không thể kêu gọi người khác hoán cải và nên thánh nếu bản thân ông đã không hoán cải và nên thánh. Nói cách khác ông phải trở thành một loại chuyên viên thuyết giảng khác, một người lôi kéo thông minh quần chúng theo những mục đích của mình thì ông sẽ không trở thành một "Linh mục," một trung gian của "Tin Mừng" Thiên Chúa. Người ấy có thể trò chuyện, làm cho người ta cười khóc và làm người ta cho ông tiền, nhưng ông sẽ không bao giờ có thể hướng dẫn họ đến sự hoán cải và nên thánh mà chính mình không hoán cải và nên thánh.

## THUYẾT GIẢNG ĐIỀU GÌ

"Các cha xứ không được kêu gọi để thuyết giảng sự khôn ngoan của mình nhưng thuyết giảng Lời Chúa."[43] Họ được kêu gọi thuyết giảng Tin Mừng. Câu hỏi đầu tiên mà một người thuyết giáo phải tự hỏi là: "Liệu tôi có thể mô tả trong ít lời Tin Mừng là gì mà Đức Giê-su đã mang đến cho thế gian và tôi được ủy nhiệm để loan báo?" Nếu không, người ấy không làm tròn việc thuyết giảng cho đến khi có thể trả lời câu hỏi đó. Khổ nỗi có những Linh mục và Phó tế đã thuyết giảng nhiều năm và các chủng sinh sắp được phong chức sau năm sáu năm trong chủng viện không trả lời được câu hỏi đó.

Tin Mừng ở điểm mấu chốt trong mỗi bài giảng phải là: Thiên Chúa yêu chúng ta không điều kiện, không thêm những chữ *và, nếu* hay *nhưng* vào điều đó! Đó là sứ điệp của Giao Ước. Đó là sứ điệp của các dụ ngôn. Đó là sứ điệp của cuộc Khổ Nạn, cái Chết và sự Sống Lại của Đức Giê-su. Khi chính người thuyết giảng không biết hoặc không tin "Tin Mừng" này, người ấy thường đi đến chỗ rao giảng một sứ điệp trái ngược về một tình yêu có điều kiện.

Các cha xứ được kêu gọi rao giảng Tin Mừng, chứ không phải quan điểm, thiên kiến, chủ đề ưa thích hay sự khôn ngoan của họ. Nếu cuộc du hành đến Châu Âu của họ không giúp soi sáng bản văn Tin Mừng, thế thì không nên đưa nó vào bài giảng! Ngoài ra thật là vô ý thức khi không nghĩ đến những gia đình trước mặt chúng ta sẽ không bao giờ có được một chuyến đi qua Châu Âu như thế. Đừng chấp những lời nói đùa gần đây nhất của cha xứ, nếu nó không soi sáng điều Đức Giêsu đã nói thì ông phải giữ nó lại cho một cơ hội khác.

Những nhà thuyết giáo nghiêm túc không được kêu gọi để diễn một hài kịch trên bục giảng. Việc thuyết giáo không phải là một lớp học Kinh Thánh hoặc một bài thuyết trình thần học. Người ta không quan tâm người giảng thuyết đi nghỉ hè ở đâu, ông vui tính thế nào, ông tức giận về điều gì hoặc ông hiểu biết bao nhiêu. Thuyết giảng không phải để nói về người thuyết giảng, nhưng giúp người ta đáp lại lời mời gọi của Đức Ki-tô để trở thành môn đệ của Người. Các Linh mục là những cái bình bằng đất không phải là những kho tàng!

"... mọi bài thuyết giảng của Giáo Hội phải được Sách Thánh nuôi dưỡng và hướng dẫn. Vì trong các Sách Thánh, Chúa Cha trên trời đáp lại con cái của Ngài với tình yêu cao cả và nói với họ; sức mạnh và quyền lực của Lời Chúa mạnh đến nỗi nó luôn là sự chống đỡ và năng lực của Giáo Hội, sức mạnh và đức tin của con trai [và con gái] Người, là lương thực của linh hồn, suối nguồn tinh tuyền và trường cửu của đời sống tâm linh."[44]

"Phải sử dụng thật hữu ích các nguyên tắc thần học, nhưng còn phải sử dụng những khám phá của các khoa học thế tục, đặc biệt tâm lý học và xã hội học. Do đó người tín hữu có thể được hướng dẫn sống đức tin một cách trọn vẹn và trưởng thành."[45]

Linh mục phải là một người xây cầu nối kết con người với thần linh. Khi làm thế trong thực tế, người ấy phải biết mảnh đất ở hai đầu cầu, cũng như chính chiếc cầu. Một trong những ví dụ đáng hổ thẹn nhất của người thuyết giảng không hiểu chính mình là người thuyết giảng nên đã không xử lý nổi tính dục của mình, đã không làm chủ năng lực tính dục của mình. Người ấy sẽ là một người thuyết giảng bị ám ảnh, không phải với Tin Mừng, nhưng với giới tính, đạo đức tính dục và đời sống tính dục của người khác là một vật thay thế thay vì phải xử lý những vấn đề tính dục của mình. Dĩ nhiên điều đó sẽ được thực hiện dưới bình phong "thăng tiến đạo đức." Từ khóa ở đây là "bị ám ảnh."

## MỘT NIỀM ĐAM MÊ THUYẾT GIẢNG

"Chính Linh mục trước hết phải phát triển sự thân mật cá nhân với Lời Chúa. Họ cần tiếp cận Lời với trái tim ngoan ngoãn và luôn cầu nguyện để Lời có thể xâm nhập thâm sâu vào tư tưởng và cảm xúc của mình và mang lại một quan điểm mới trong mình – "tinh thần của Đức Ki-tô." Chỉ khi ông "ở lại" trong Lời, Linh mục mới trở thành một môn đệ hoàn hảo của Chúa. Linh mục phải là 'người tin' trước tiên vào Lời."[46]

Linh mục chỉ có thể công bố lời của Thiên Chúa trong mức độ lời ấy thiêu đốt trong tâm hồn ông và được sống trong đời sống ông. Trước khi một người có thể trở thành một Samuen, người "không để cho một lời nào của mình không kết quả" (I Samuen 3:19), người ấy phải là một Giêrêmia, người coi việc thuyết giảng như "một ngọn lửa nóng bỏng trong tâm hồn tôi, bị giữ chặt giữa xương cốt tôi; tôi trở nên kiệt sức khi giữ nó trong người." (Giêrêmia 20:9), và khi tôi thấy Lời Ngài, tôi ăn ngấu nghiến chúng; chúng trở thành niềm vui và hạnh phúc của tâm hồn tôi (Gr 15:16) "Vì lòng có đầy thì miệng mới nói ra." (Lc 6:45).

*"Nemo dat quot non habet."* "Nếu bạn không có cái gì đó, thì bạn không thể cho." (Ngạn ngữ La-tinh cổ). "Nếu câu chuyện ở trong bạn, nó mới ra ngoài" (William Faulkner). Sự thuyết giảng nghiêm túc thì không nhút nhát và yếu ớt. Chỉ người nào truy tìm cái tâm linh của mình nghiêm túc mới có thể trở thành một "chuyên viên thuyết giảng" có hiệu quả. Chuyên viên thuyết giảng phải biết Lời Chúa, biết dân Chúa và biết chính mình hơn người thuyết giảng trung bình! Công cụ chính của chuyên viên thuyết giảng là Kinh Thánh, báo chí và nhật ký thiêng liêng của mình.

## TẬP TRUNG VÀO TIÊU ĐIỂM

Không ai sinh ra là "chuyên viên thuyết giảng." Việc này bắt đầu với một mơ ước. Nó được nuôi dưỡng bởi đức tin. Nó hoàn thiện bởi tập trung vào tiêu điểm.

"Những người tin họ có thể và những người tin họ không thể đều đúng" (Henry Ford). Linh mục nào thật sự tin rằng mình có thể trở thành một "chuyên viên thuyết giảng" sẽ cam kết làm việc đó, nhưng kết quả sẽ phải trả giá khá đắt. Loại kỹ năng này phải mất nhiều năm để tập trung vào tiêu điểm. Thể hiện một giấc mơ như thế vào thực tế đòi hỏi nhiều lòng can đảm. Sự hoài nghi là một kẻ thù thường xuyên. Khi nghi ngờ thống trị, có một cám dỗ mạnh mẽ bỏ đi một phần mơ ước như một cách giải quyết những căng thẳng không thể tránh được. Sự thành công tùy thuộc vào duy trì nhiệt tình, tập trung và hướng đến mục tiêu. "Đó là một thị kiến sẽ xảy ra vào thời ấn định. Nó đang tiến nhanh đến chỗ hoàn thành chớ không làm ai thất vọng. Nếu nó tới chậm thì cứ đợi chờ, vì thế nào nó cũng đến, chứ không trì hoãn đâu." (Khabacúc 2:3). "Khi sinh viên sẵn sàng, thầy giáo sẽ xuất hiện!" "Thiên Chúa thích giúp đỡ người cố gắng tự giúp mình" (Aeschylus, đoạn 223).

## TỔ CHỨC ĐỂ THÀNH CÔNG

"Vì thiếu cái đinh mà giày mất, vì thiếu giày mà ngựa mất, vì thiếu ngựa mà người cỡi ngựa mất."[47] Mỗi ước mơ sẽ sinh lợi khi có một kế hoạch tốt. Mỗi chuyên viên giảng thuyết triển vọng phải phát triển "trung tâm tài liệu bài giảng cá nhân" của mình, một nơi tiện lợi để suy nghĩ và hoạt động, một chương trình máy tính để lưu trữ và tìm lại công trình của mình, một thư viện các bài bình luận, những đoạn trích dẫn quen thuộc, một từ điển chuyên đề về Kinh Thánh, cũng như một từ điển thường, một tờ giấy sao chép hệ thống rút ngắn các ý tưởng, một máy thu băng với các băng trắng và một nhật ký ghi lại các kinh nghiệm cá nhân.

Một người thuyết giảng nghiêm túc yêu cầu người khác cho ý kiến phản hồi. Ông có thể mở các hộp thư để nhận được những lời khích lệ, những ý tưởng và sự phê bình xây dựng. Người ấy sẽ thấy rằng khi người ấy nuôi dưỡng tinh thần họ thì ngược lại, họ cũng nuôi dưỡng tinh thần người ấy để thiết lập một chu kỳ năng lượng mang lại cho mình lòng can đảm và quyết tâm duy trì việc thuyết giảng. Sự đáp lại của họ là cái làm nên giá trị của công việc ấy. Có một cái gì đó ma thuật khi giúp người khác tiếp xúc với Thiên Chúa.

Công giáo Rô-ma đói khát những bài thuyết giảng hay. Người ta di chuyển từ giáo xứ này qua giáo xứ khác để tìm nó. Khi người ta không tìm thấy nó ở giữa Giáo Hội chúng ta, lúc đó họ cảm thấy tự do rời bỏ và đi tìm ở những nơi khác như những Giáo Hội Ki-tô giáo độc lập xuất hiện khắp nơi trên đất nước này. Đó không phải vì họ mạnh mẽ

66

cũng như chúng ta yếu đuối. Những người trong giáo xứ không rời bỏ giáo xứ vì những gì xảy ra trên bàn thờ, nhưng vì những gì không xảy ra trên các bục giảng. Tuy nhiên, vì những gì không xảy ra trên bục giảng, nên có lẽ nhiều người không hiểu được những gì xảy ra trên bàn thờ của chúng ta.

Người Công giáo có thể tức giận vì việc thuyết giảng bị giới hạn chủ yếu cho người được phong chức vì các Linh mục làm công việc như thế quá nghèo nàn. Nếu bạn sắp giành chỗ trên bục giảng, bạn cần phải có khả năng giành thắng lợi trong việc đó!

## MỘT BÀI GIẢNG KHÔNG PHẢI LÀ BÀI GIẢNG HUẤN[48]

Để kết thúc những lời nói về thuyết giảng, có lẽ tốt nhất là nên đưa ra một bài mẫu đơn giản cho một bài giảng tốt. Hy vọng rằng bài mẫu đơn giản này sẽ mang lại một phương pháp đơn giản để soạn ra nhiều bài giảng hàng tuần mà các cha xứ ngày nay cần có.

Chính Origen (185-253) là người đầu tiên phân biệt giữa *logos* (hay *sermo*) và *homilia* (hay *tractatus*). *Logos* đã đi theo hình thức của khoa hùng biện cổ điển, trong lúc homilia thì trực tiếp và tự do. *Homilia* là một cách trình bày bình dân và áp dụng Kinh Thánh.

Như Origen đã phân biệt giữa *logos* và *homilia*, những nhà cải cách của Công Đồng Vaticanô II muốn phân biệt bài giảng (homily) với hình thức thuyết giảng phổ biến hôm nay, bài giảng huấn. Trong lúc bài giảng huấn thường liên kết với các bản văn Kinh Thánh, đặc biệt để chứng tỏ một điểm học thuyết quan trọng thì bài giảng không nhất thiết bám rễ trong các bản văn Kinh Thánh của ngày hôm đó.

Trước Công Đồng Vaticanô II bài giảng huấn được nhắc đến như sự gián đoạn thứ yếu của phụng vụ. Trong Giáo Hội hậu Công Đồng, bài giảng được coi như tuôn trào từ các bản văn thánh và được đánh giá cao như một phần của chính phụng vụ.

Công Đồng Vaticanô II đã phục hồi bốn tính chất của bài thuyết giảng có từ truyền thống cổ xưa thời Origen để phân biệt hình thức đổi mới này của bài giảng với các hình thức khác, đặc biệt với bài giảng huấn. Bài giảng có thể là (a) theo Kinh Thánh, (b) theo phụng vụ, (c) theo Tin Mừng, và (d) thân tình.

## MẪU ĐƠN GIẢN CỦA MỘT BÀI GIẢNG TỐT

Việc phác thảo một bài giảng đơn giản là một tiến trình ba bước: dẫn nhập, thân bài và áp dụng. Hay hơn việc bắt đầu với dẫn nhập, người ta có thể đi thẳng vào thân bài, rồi đến dẫn nhập và sau cùng là phần áp dụng.

*BƯỚC MỘT*: Việc viết một bài giảng luôn luôn bắt đầu với Kinh Thánh. Điều quan trọng là hãy nhìn vào lý do mà Giáo Hội đã đặt chung các bài đọc đó, cũng như nhìn vào chính mỗi bài đọc. Đọc đi đọc lại tất cả các bài đọc trong ngày là một điều tốt rồi tìm sợi chỉ xuyên suốt chúng nhưng cũng tìm ý chính nằm trong một bài đọc thường là bài Tin Mừng giống như máy dò tìm kim loại trên địa hình. Một khi có tín hiệu báo có, thì một ý tưởng hay một quan niệm có thể được triển khai và đào sâu. Điều quan trọng là phải tìm một ý tưởng để triển khai hơn là "xới tung cả một đống cỏ khô." Điều này đặc biệt đúng nếu người ta muốn phát triển một ý tưởng hữu ích mạch lạc dễ nhớ, dễ hiểu trong một bài giảng hai mươi phút. Khi một ý tưởng đã được "đào lên" khỏi văn bản và được nghiên cứu, bạn đã sẵn sàng đi qua bước hai, bước dẫn nhập.

*BƯỚC HAI*: Khi một quặng vàng đã được đào lên từ Sách Thánh, hãy tìm cách hiểu trong đời sống thực (câu chuyện, phim ảnh, sách kinh nghiệm cá nhân hay tin tức) tạo nên một điểm quan trọng như trong Sách Thánh. Bằng cách này, người ta có thể đưa cộng đoàn từ cái quen thuộc đến cái mới.

Nên tránh một câu nói đùa không liên quan gì đến điểm chính trong bài giảng, mà chỉ làm thư giãn đám đông. Nói chung tính khôi hài phải sử dụng dè dặt trong bài giảng. Điều này vẫn đúng khi các Linh mục nói với giáo dân về kỳ nghỉ hay chuyến đi Châu Âu hay đến Thánh Địa, trừ khi nó rõ ràng làm sáng tỏ một điểm mà người ta hy vọng làm sáng tỏ trong Sách Thánh. (Câu chuyện kỳ nghỉ đối với một nhà thờ có đông đủ các gia đình không thể thực hiện kỳ nghỉ có thể tạo sự xa cách cử tọa này với cử tọa kia.)

Nếu có thể, một câu chuyện hay tham khảo phải có sự hấp dẫn nào đó đối với nhiều người. Lúc đó, giáo dân trong cộng đoàn phải có thể tự nhủ, "Vâng tôi đã có kinh nghiệm tương tự!" Tuy nhiên, quy luật nền tảng nhất phải là giúp họ hiểu sâu điều Sách Thánh nói khi so sánh nó với hoàn cảnh sống thực hiện nay. Đức Giê-su đã làm điều đó trong các dụ ngôn của Ngài. Ngài so sánh một điều gì mà họ biết với điều họ không biết để có thể được đưa họ đến với một kinh nghiệm bất ngờ.

*BƯỚC BA*: Bước cuối cùng là áp dụng hiểu biết thấu đáo mới mẻ này vào đời sống của họ và của bạn. Cách dùng thoải mái từ "chúng ta" tốt hơn là "anh chị em giáo dân." Cha Damien, người bị phong hủi, đã thấy bài giảng của ngài cải thiện hẳn từ ngày cha có thể nói, "chúng ta, những người phong hủi." Tóm lại, phần này của bài giảng tìm cách chỉ ra những cách thức để chúng ta áp dụng cách hiểu các bài đọc Sách Thánh trong ngày cho đời sống chúng ta hôm nay.

Đối với Origen, homilia hay bài giảng không phải là một lớp Kinh Thánh, cũng không phải là một bài thuyết trình về thần học; nó không phải là một cơ hội để chọc tức hay đánh gục cộng đoàn, cũng không phải là lúc để xúc tiến chương trình mới nhất của giáo xứ/giáo phận. Đó là cách trình bày Sách Thánh một cách phổ thông có nghĩa là tự do và trực tiếp. Bên cạnh việc dựa vào Kinh Thánh, nó cũng có nghĩa là ăn khớp với toàn bộ phụng vụ trong ngày, là sự trình bày giáo huấn nền tảng của Đức Giê-su cho dân thường có thể hiểu được dễ dàng và hữu ích.

Phải là một người khôn ngoan, có thể kết hợp kiến thức với kinh nghiệm thực hành mới chuẩn bị tốt một bài giảng. Nếu chỉ có các nhà thần học mới hiểu được sứ điệp của người rao giảng, thì Linh mục phải thông minh nhanh trí mà không cần khôn ngoan. Nếu một người thuyết giảng không đủ thông minh và không tiếp xúc đủ với người bình dân để truyền đạt kiến thức mình cho họ, lúc đó người thuyết giảng có lẽ không nên giảng trong các giáo xứ. Mục đích của bài giảng không phải là gây ấn tượng hay phán xét người nghe, nhưng để khuyến khích người nghe trở thành môn đệ nghiêm túc của Đức Ki-tô.

Việc linh hướng của cha xứ đòi hỏi ông đóng vai trò của mình như người thuyết giảng với sự cao cả nghiêm túc khi trở thành "một chuyên viên thuyết giảng." Chắc chắn bục giảng của giáo xứ là nơi đầu tiên cho việc linh hướng ấy. Cha xứ, phải là một linh hướng nghiêm túc, cần công bố bài giảng của ông.

Là một nơi thánh thiêng giống như chính bàn thờ, chỗ tốt nhất để thuyết giảng là *từ tòa giảng*. Như khi bước lên và bước xuống các gian bên của nhà thờ với dĩa và chén thánh trong tay để thánh hiến của lễ sẽ làm giảm bớt tính thiêng liêng của hành động ấy, việc thuyết giảng bên ngoài tòa giảng, trong nhiều trường hợp dường như làm giảm bớt tính chất linh thiêng của lời được rao giảng.

Có nhiều cảm xúc mạnh mẽ về việc viết ra hay không viết ra các bài giảng. Trở thành một người linh hướng nghiêm túc trong một giáo xứ bề bộn phải là một ý tưởng khôn ngoan, đặc biệt nếu người ta đã tập luyện lâu dài và khó khăn việc soạn các bài giảng thì khi viết ra hay lưu giữ nó là để chia sẻ các lợi ích khi có thể được.

(1) Các bài giảng được in ra đem lại cho người thuyết giảng lợi ích là sử dụng dùng đúng cụm từ, tránh sự lặp lại và sử dụng từ ngữ dài dòng. Người giảng thuyết phải tránh được những trở ngại khi phát triển một cách viết để nói, rất khác với cách viết thông thường là cách viết để đọc. Cả khi bản văn chỉ được liếc qua trên tòa giảng, kỹ thuật viết ra sẽ giữ cho người thuyết giảng không lan man dông dài, lặp lại chính mình, giúp tìm những từ ngữ đúng có trong trí nhớ khi đứng trên toà giảng.

(2) Các bài giảng được in mang lại một cách nối kết cộng đoàn cầu nguyện với những người không thể có mặt vì bệnh tật hay những lý do khác. Nếu cha xứ muốn linh hướng đến với toàn thể cộng đoàn, không chỉ cho những người có mặt cuối tuần, ông có thể chia sẻ bài giảng bằng nhiều cách – in ra hoặc cho thu băng.

(3) Khi sử dụng lại các bài giảng nói chung có thể là một ý tồi; các bài giảng lưu lại có thể được thích nghi với việc cô đọng những ý chính, đặc biệt khi người ta thực hiện nhiều đám cưới và đám tang cho những người không quen biết, trong những biến cố không tiên liệu trước của giáo xứ chiếm lấy thời gian hữu ích của Linh mục. Những bài giảng được lưu giữ, khi các tập tin được làm tốt có thể lấy lại và sắp xếp để dùng cho các chủ đề hoặc cho các ngày kỷ niệm, cho sứ mạng của giáo xứ hay các cuộc tĩnh tâm hoặc cũng

có thể đưa vào sách các bài đọc tâm linh. Nếu nói rằng các cha xứ phải vất vả để thuyết giảng, tại sao không cô đọng lại thành nước cốt khi lưu giữ nó trong hình thức văn bản?

Tóm lại, có một thư viện của các bài giảng khéo sắp xếp và dễ dàng lấy lại có thể là một phương pháp linh hoạt nhất cho các cha xứ làm linh hướng, sử dụng tốt thời gian hữu ích. Nó tránh việc bắt đầu viết lách và tìm ý mỗi khi được mời đi thuyết giảng. Kỷ luật viết cũng là một bài tập tinh thần cho người làm việc viết lách.

# KHẲNG ĐỊNH CÁC SÁCH NGHI THỨC CỦA BẠN

## Linh mục là thừa tác viên các Bí tích

*"Người Mục tử của các tâm hồn phải biết rằng khi phụng vụ được cử hành, việc tuân theo luật càng được yêu sách thì sự cử hành càng có giá trị và hợp pháp. Bổn phận của các Mục tử là phải bảo đảm người tín hữu tham gia một cách hiểu biết, tích cực và có kết quả."*
Sacrosanctum Concilium, số 11[49]

Thuyết giảng Sách Thánh và cử hành các Bí tích là một và như nhau: công bố Tin Mừng. Cả hai đều là sự mời gọi tìm lời đáp trả. Cuối cùng trong Giáo Hội sau Công Đồng Vaticanô II, chúng ta có thể làm cả hai với nhau. Các Linh mục trẻ có thể thấy rằng một trong những đóng góp lớn nhất của Công Đồng Vaticanô II là đem Kinh Thánh đến cho giáo dân nói chung, cũng như sử dụng rộng rãi Kinh Thánh trong việc cử hành các Bí tích nói riêng.

Các Bí tích là những thời điểm đặc biệt để thông ban sự sống của Thiên Chúa cho dân, là trọng tâm chính của tác vụ Linh mục. Khi các Linh mục cử hành các Bí tích, họ hành động trong ngôi vị của Đức Ki-tô.

Như thế cần phải có hai điều:

(1). Cho dù Đức Ki-tô có thể hành động qua con người bất toàn, khi một người phải hành động trong ngôi vị của

73

Đức Ki-tô, một cách sống khả tín là điều bắt buộc. Thánh Âu-tinh nói: "Ơn của Đức Ki-tô không trở nên ô uế bởi sự yếu đuối của thừa tác viên; điều tuôn trào qua người ấy vẫn giữ được sự tinh tuyền, và điều đi qua người ấy vẫn nguyên vẹn. Điều đi qua những người dơ bẩn tự nó không dơ bẩn."[50] Dù sứ điệp không lệ thuộc vào sự tốt lành của người sứ giả, một Linh mục phải khuôn đúc đời sống mình cách nào để trở thành một cái cầu mà không là một vật cản trở.

(2). Một tiêu chuẩn cao của nghi lễ và việc cử hành phụng vụ là điều bắt buộc, độc lập với cảnh quang và ý thích cá nhân ưa chuộng những phong cách xa lạ với cộng đoàn. Câu châm ngôn tốt nhất phải là: "Hãy làm điều gì trong sách, được sách chuẩn y."

Cốt lõi của tác vụ Linh mục là cử hành Thánh Thể, trong đó Lời đóng một phần quan trọng, "suối nguồn và đỉnh cao"[51] của đời sống Ki-tô hữu. Rửa tội, Thêm sức, Thánh Thể là những Bí tích khai tâm. Hòa giải và xức dầu bệnh nhân là các Bí tích chữa lành. Truyền chức thánh của các Giám Mục và cử hành Hôn phối trước sự chứng kiến của Linh mục và Phó tế là những Bí tích phục vụ.

Các cha xứ, để trở thành người linh hướng hiệu quả, không chỉ cần có sự tiếp xúc thân thiết với Lời Chúa mà còn phải quen thuộc với các bản văn phụng vụ của Giáo Hội. Người ấy phải có khả năng vận dụng chúng với sự cẩn thận và dễ dàng để giải phóng sức mạnh của chúng làm biến đổi đời sống của những người cử hành các Bí tích.

Đã bao nhiêu lần chúng ta nhìn thấy các Linh mục lúc cử hành một trong các phép Bí tích lướt nhanh qua các nghi thức, tìm một bản văn tốt trước khi dừng lại ở một "việc phải làm"?

Đã bao nhiêu lần chúng ta nhìn thấy các Linh mục lúc cử hành một trong các phép Bí tích vận dụng sách nghi thức như một cuốn sách dạy nấu ăn thay vì như một bức thư tình? Có một sự khác nhau giữa việc chạm vào phím đàn và sáng tác nhạc.

Đã bao nhiêu lần chúng ta nhìn thấy các Linh mục lúc cử hành một trong các phép Bí tích vận dụng sách nghi thức như làm công việc của các ngài thay vì điều khiển sự thống nhất của các tác vụ khác về cũng như xử lý các vật thánh và sử dụng khéo léo không gian thánh? Việc đọc đúng những lời trong nghi thức có sự đòi hỏi nhiều hơn.

Một cha xứ muốn trở thành linh hướng hiệu quả cần phải sử dụng sách nghi thức của Giáo Hội sao cho giáo dân tiếp xúc với Thiên Chúa. Người ấy cần có khả năng không chỉ vận dụng các nghi thức, nhưng cả bục giảng, bàn thờ, ghế chủ tọa, giếng Rửa tội, bánh và rượu, nước và dầu, chai lọ và áo lễ với sự thoải mái và lớp lang. Ông cần nhận ra rằng các nghi thức và Bí tích mà ông sử dụng là những công cụ để việc linh hướng có hiệu quả.

Nếu điều quan trọng của tất cả phụng vụ là tăng cường sự phát triển đời sống đức tin hàng ngày của người Công giáo, chẳng phải cha xứ phải sử dụng công cụ của mình với sự cẩn thận để mang lại lợi ích tối đa cho đời sống những người mà ông phục vụ?

"Vì thế người Mục tử của các linh hồn phải nhận thức rằng khi phụng vụ được cử hành, điều làm cho phụng vụ có giá trị và hợp pháp đòi hỏi nhiều hơn việc chỉ tuân thủ các luật lệ điều hành. Nhiệm vụ của các Mục tử cũng bảo đảm cho người tín hữu tham gia một cách ý thức, tích cực và có kết quả"[52]

"Tuy nhiên sẽ vô ích khi nuôi dưỡng bất cứ hy vọng nào thực hiện được mục đích ấy trừ khi chính các Mục tử để cho tinh thần và sức mạnh của phụng vụ thâm nhập vào họ hoàn toàn và làm chủ phụng vụ. Vì thế điều rất cần thiết là trên hết phải tập trung vào giáo huấn phụng vụ của hàng giáo sĩ"[53]

Trở thành một Linh mục được phong chức đúng phép tự nó chưa đủ cho việc linh hướng thích hợp. Các Linh mục cũng được kêu gọi "chăm lo trau dồi một kiến thức phù hợp và sự thành thục trong phụng vụ để qua tác vụ phụng vụ của họ, các cộng đoàn Ki-tô hữu tín thác vào họ có thể ca tụng Thiên Chúa ngày càng xứng hợp hơn."[54]

Khi người linh hướng hiểu biết và sử dụng sách nghi thức, người ấy có thể nói với tác giả Thánh Vịnh rằng: "Tôi thả hồn miên man tưởng nhớ thuở tiến về lều thánh cao sang đến tận nhà Thiên Chúa, cùng muôn tiếng reo mừng tán tạ, giữa sóng người trẩy hội tưng bừng." (Tv 42: 5)

# KHẲNG ĐỊNH QUYỀN BÍNH

## *Linh mục là người lãnh đạo cộng đoàn*

*"Dĩ nhiên chức tư tế thừa tác tự nó không có nghĩa là ở một trình độ thánh thiện lớn hơn so với chức tư tế chung của các tín hữu; qua đó Đức Ki-tô cho các linh mục trong Thần Khí, một ơn riêng để người ấy có thể giúp cho dân Thiên Chúa thực hành một cách trung tín và đầy đủ chức tư tế chung mà họ đã lãnh nhận."*
Pastores Dabo Vobis, số 17[55]

Trước khi một Linh mục có thể công bố vị trí lãnh đạo cộng đoàn Ki-tô hữu, ông cần biết vị trí của mình. Vâng, nhưng chỉ là vị trí của mình.

Trong một Giáo Hội được hiểu là Dân Thiên Chúa, Linh mục hoạt động như một người phục vụ Dân Thiên Chúa và như một người có tác vụ thực hiện sự hợp tác và lệ thuộc lẫn nhau giữa các tác vụ khác nhau trong Giáo Hội. Hai quy tắc đầu tiên của chăm sóc mục vụ cá nhân là (a) hiểu biết dân Chúa và có quan hệ mật thiết với họ, và (b) điều hòa mục vụ cá nhân với một quan điểm về mục vụ của cộng đoàn.

Nói như thế, cha xứ vẫn là người lãnh đạo quan trọng trong cộng đoàn được giao phó cho ông. "Được lòng bác ái thúc đẩy, ông không nên sợ thi hành quyền bính thích hợp trong những lãnh vực mà ông buộc phải thi hành vì ông đã được cơ cấu vào quyền bính vì chính mục đích đó. Ngày nay quyền bính mang tiếng xấu, nhưng khi quyền bính thực hành đúng cách, nó không thực hành để chỉ huy mà để phục vụ. Các cha xứ phải vượt qua sự cám dỗ tránh né trách nhiệm ấy. Nếu họ không thực hành quyền bính, họ không còn phục vụ."[56]

Quyền bính có thể bị lạm dụng ít nhất bởi hai cách: quá nhiều và quá ít. "Linh mục phải tránh đưa vào trong việc mục vụ mọi hình thức độc đoán và mọi hình thức điều hành dân chủ vốn xa lạ với bản chất sâu xa của tác vụ, vì mọi hình thức này sẽ dẫn đến việc Linh mục bị tục hóa và giáo dân bị giáo sĩ hóa."[57]

Trong việc mục vụ, các cha xứ chia sẻ tác vụ của các Giám Mục sở tại. Các Linh mục làm cho Giám mục hiện diện các cộng đoàn địa phương được trao phó cho họ. Là những người cộng tác được Giám mục ủy nhiệm, các Linh mục không thực hiện tác vụ của họ, nhưng giúp cho Giám mục thực hiện tác vụ của ngài.

Đối tượng chủ yếu của tác vụ Mục tử là phải trở thành người bảo vệ công ích. Như thế người ấy không bao giờ trở thành một người phục vụ cho một ý thức hệ hay một phe phái. Người Mục tử luôn luôn đi từ một quan điểm cá nhân đến tiêu điểm hay mục đích chung. Nhiệm vụ của ông là hòa giải những não trạng khác nhau sao cho không một ai cảm thấy mình xa lạ với cộng đoàn tín hữu. Cùng lúc, các mục tử phải hăng hái bảo vệ chân lý vì sợ rằng tín hữu bị dao động theo mỗi trận gió của các quan điểm.[58]

Các cha phó xứ chia sẻ tác vụ của người Mục tử. Các cha phó xứ là những cộng tác viên với Mục tử trong việc tư vấn chung và gắng sức làm việc dưới quyền cha xứ. Một cha phó xứ có thể được chỉ định tham dự vào việc thực hiện toàn bộ mục vụ vì lợi ích của của cả giáo xứ, hay một phần xác định của giáo xứ, hay một nhóm tín hữu nào đó trong giáo xứ; ông cũng có thể được chỉ định thực hiện một loại hình tác vụ nào đó cùng lúc trong nhiều giáo xứ khác nhau[59]

Các Linh mục không chỉ là các Linh mục từng người một. Họ phục vụ Giáo Hội trong đoàn Linh mục hiệp nhất với Giám mục. Được ủy thác làm người cộng tác với Giám mục, các Linh mục liên hệ với nhau không phải như những cá nhân biệt lập trong thực hành riêng tư, nhưng như một "tình huynh đệ thân mật trong Bí tích" để phục vụ.[60] Bí tích truyền chức thánh được trao ban cho họ như những cá nhân, nhưng họ được đưa vào cộng đoàn các Linh mục hiệp nhất với Giám mục. Tình huynh đệ thuộc Bí tích này bao hàm mỗi thành viên được ràng buộc với người khác bởi ý thức về mục đích chung và về sự cộng tác trong sứ mạng của giáo phận. Họ phục vụ như một đội thừa tác viên thống nhất của Giám mục để mang lại một tác vụ chặt chẽ cho Dân Thiên Chúa.

Chức Phó tế và Linh mục đoàn là những tham gia theo cấp bậc trong tác vụ của Giám mục. Trái với cách hiểu thông thường, Phó tế không phải là người lệ thuộc vào Linh mục đoàn, nhưng là một trong hai cánh tay làm tác vụ của Giám mục. Phó tế không phải là một người "gần như Linh mục," cũng không phải là người lấp đầy lỗ hổng do thiếu Linh mục. Các Phó tế là những thừa tác viên phục vụ. Là thừa tác viên phục vụ, họ được giao nhiệm vụ thăng tiến chức Phó tế của toàn Giáo Hội. Họ không phục vụ cho Giáo Hội, nhưng đúng hơn gợi ý, thúc đẩy và huấn luyện những người khác đi vào phục vụ. Các Linh mục và Phó tế lệ thuộc trực tiếp vào Giám mục, mỗi chức danh có những tác vụ duy nhất của mình.

Để kết luận, nếu một cha xứ phải trở thành một linh hướng hiệu quả, người ấy sẽ biết vị trí của mình và công bố nó, nhưng chỉ vị trí của mình mà thôi. Đức Giáo Hoàng Gioan-Phaolô II trình bày rõ ràng trong *Pastores Dabo Vobis* tương quan của một Linh mục đối với Dân Thiên Chúa. "Qua chức tư tế thừa tác, Đức Ki-tô cho các Linh mục một ơn riêng trong Chúa Thánh Thần để họ giúp đỡ Dân Thiên Chúa trung thành thực hiện chức tư tế chung mà họ đã lãnh nhận." Ngài cũng nói: "Chức Linh mục không phải là một cơ chế bên cạnh hoặc bên trên giáo dân. Chức Linh mục là vì giáo dân, chính vì lý do này mà nó có tính thừa tác, nghĩa là tính chất của sự 'phục vụ'."[61]

Công Đồng Vaticanô II[62] nói, "Linh mục phải chân thành công nhận và thăng tiến phẩm giá của người giáo dân và vai trò thích hợp với họ trong sứ mạng của Giáo Hội." Các Linh mục không lấy đi vị trí của giáo dân, họ giúp cho giáo dân nắm giữ vị trí đúng đắn trong Giáo Hội.

Với điều vừa nói, công bố vị trí của mình phức tạp hơn công bố một chức danh. Người ta không trở thành một linh hướng chỉ bởi hoàn thành một công việc, mặc một bộ áo, làm công việc của mình hay giải quyết theo ý mình nhiệm vụ ấy. Chứng cứ của việc linh hướng nằm trong kết quả, không chỉ là nắm giữ một công việc hoặc một chức danh.

# BẠN Ở ĐÂU và HỌ Ở ĐÂU?

*"Bạn chỉ có thể hướng dẫn nhiều người nếu ít nhất bạn đi trước dẫn đầu những người bạn hướng dẫn."*

Ts. M. Scott Peck

Thứ tự đầu tiên của công việc khi một người được gọi làm linh hướng là đánh giá rõ ràng giai đoạn tinh thần của chính mình. Đây là điều chủ yếu trước khi cố gắng hướng dẫn người khác về tinh thần.

Trật tự thứ hai của công việc là đánh giá rõ ràng những giai đoạn tinh thần của những người mà người ấy cố gắng hướng dẫn. Đây là điều chủ yếu trước khi cố gắng hướng dẫn họ đến một nơi nào khác.

Một chương trong cuốn *The Different Drum*[63] năm 1987 của Ts M. Scott Peck đã giúp tôi hơn ai khác hiểu bước đi quan trọng này trong việc linh hướng. Sự hiểu biết thấu đáo của ông dựa trên cuốn *Stages of Faith*[64] 1982 của James Fowler. Ts Peck đã tạo ra khái niệm sự trưởng thành tinh thần đơn giản và hấp dẫn đối với một thế hệ những người tìm kiếm tinh thần, hoạt động bên trong hay bên ngoài cơ cấu của Giáo Hội.

Ts. Peck trình bày một cách rất đại chúng, khía cạnh *bí truyền* của tôn giáo cho một thế hệ đã miệt mài học hỏi khía cạnh *công khai* của tôn giáo. Khía cạnh công khai tập trung vào các cơ cấu, lề luật và tôn giáo hình thức. Khía cạnh bí truyền tập trung vào điều gì xảy ra bên trong con người. Ts. Peck gọi đó là khía cạnh bí truyền của linh đạo tôn giáo.

Điểm yếu của Ts. Peck không phải là ông có tính "đại chúng," nhưng ông có khuynh hướng tách rời tính *linh đạo* khỏi *tôn giáo*. Trong khuynh hướng này, *linh đạo* được hiểu là tốt còn *tôn giáo* được hiểu là xấu.

Dĩ nhiên tôn giáo tổ chức đã dừng lại tại chỗ. Sự cằn cỗi của tôn giáo tổ chức tạo ra sự phân ly ấy bởi tôn giáo tổ chức không thể đáp ứng cho sự khao khát trưởng thành về tâm linh, nhất là vì nó quá tập trung vào việc bảo vệ khía cạnh công khai của tôn giáo. Lý tưởng là khi cả hai khía cạnh công khai và bí truyền được quân bình – khi tôn giáo có một trái tim, khi Thiên Chúa được cảm nghiệm trong các cơ cấu, luật lệ và tôn giáo hình thức.

Người ta có thể hiểu biết từ nhiều nguồn. Chân lý vẫn là chân lý dù người nói nó là ai. Người ta có thể học một cái gì đó rất quan trọng kể cả từ những người giống Ts. Scott Peck. Ông lập luận rằng vì có những giai đoạn có thể thấy rõ trong sự trưởng thành tâm lý và thể lý nên cũng có những giai đoạn trong sự trưởng thành tâm linh.

Tóm tắt các giai đoạn ấy của Ts. Peck có thể giúp ích các vị linh hướng trong việc hiểu bản thân họ từ đâu đến và những người khác với những quan điểm và cách sống tôn giáo khác nhau từ đâu đến.

Cái nhìn thấu đáo của ông có thể giúp các Linh mục biết tại sao có những người nào đó bị lôi cuốn đến với các giáo xứ nào đó, tại sao họ có cách suy nghĩ như thế và tại sao một số người chọn rời bỏ hoàn toàn Giáo Hội. Đặc biệt, cái nhìn của ông có thể giúp các Mục tử hiểu được tầm quan trọng to lớn của việc tôn trọng toàn bộ các kiểu sống tâm linh để cùng lúc giúp đỡ cho nhiều người trong một cộng đoàn. Quan điểm của Ts. Peck có thể giúp những người linh hướng biết bao gồm mọi kiểu sống tâm linh thay vì loại bỏ nhờ biết được người ta có thể ở những vị trí khác nhau trên cùng một con đường.

# GIAI ĐOẠN I: LINH ĐẠO CHƯA PHÁT TRIỂN

Phần lớn trẻ nhỏ và có lẽ một phần năm người lớn đều ở trong giai đoạn I. Chủ yếu đó là giai đoạn tâm linh chưa phát triển.

Giai đoạn này được gọi là "chống xã hội" vì những người lớn đó dường như không thể yêu thương người khác. Tương quan của họ với đồng loại chủ yếu là lợi dụng để phục vụ bản thân. Họ thật sự không nghĩ gì về các nhu cầu và quyền lợi của bất cứ ai.

Nó được gọi là "gây rối" vì những người này cơ bản sống không nguyên tắc. Không có gì chi phối những người không nguyên tắc trừ ý muốn của chính họ. Vì ý muốn của họ từ lúc này qua lúc khác có thể thay đổi nên đời sống họ thiếu sự nhất quán. Sau cùng họ kết thúc trong nhà tù hoặc thấy mình trong nhiều hình thức của khó khăn xã hội. Họ có thể hoàn toàn theo kỷ luật để có được điều họ muốn, vì thế họ có thể leo lên những địa vị danh giá và quyền lực đáng kể, kể cả các chủ tịch tập đoàn và nhà giảng thuyết có ảnh hưởng. Thông thường những người này theo con đường đó cả đời và không thay đổi. Một vài người có thể tự sát vì không thể hình dung ra sự thay đổi.

Tuy nhiên, một số người sẽ chuyển qua giai đoạn II. Sự chuyển đổi này thường thình lình và bi đát. Họ đi tới chỗ chán ghét sự "xáo trộn." Họ muốn làm một việc gì để giải thoát mình ra khỏi cảnh xáo trộn kể cả việc phục tùng một cơ chế cai quản họ. Họ trở thành các tù nhân gương mẫu. Họ có thể gia nhập quân đội hoặc một tổ chức có cơ chế chặt chẽ, như Giáo hội bảo thủ nền tảng hoặc một Giáo hội có tổ chức cao.

# GIAI ĐOẠN II: LINH ĐẠO THUỘC CƠ CHẾ

Những người đàn ông và đàn bà trong giai đoạn II này phần lớn là những người đến nhà thờ và có những đặc tính sau đây.

Một đặc tính của những người trong giai đoạn này là sự gắn bó của họ với những hình thức tôn giáo, bởi thế nên giai đoạn này được gọi là "thuộc cơ chế." Họ rất gắn bó với tôn giáo hình thức đến nỗi họ trở nên rất bối rối nếu có những thay đổi nào đó có trong từ ngữ, âm nhạc hoặc trong trật tự các sự việc truyền thống. Vì chính những hình thức đó có trách nhiệm giải thoát họ khỏi hỗn loạn, khỏi phải nói rằng những người trong giai đoạn phát triển tâm linh này thấy mình bị đe dọa khi có ai đó can thiệp vào các luật lệ. Bên trong càng bị xâu xé, họ càng cột chặt mình với những cơ chế bên ngoài. Đó là lý do họ ở trong giai đoạn II. Những cơ chế này là những gì mang lại trật tự cho đời sống họ.

Đặc tính thứ hai của những người trong giai đoạn này là nhận thức của họ về Thiên Chúa. Họ có khuynh hướng hình dung Thiên Chúa hầu như hoàn toàn là một Đấng siêu việt ở bên ngoài. Họ ít biết đến một Thiên Chúa nội tại, cư ngụ bên trong. Nhưng một lần nữa không phải ngẫu nhiên khi họ quan niệm Thiên Chúa là một Đấng ban ơn ích trong bầu trời, vì đó là loại Thiên Chúa mà họ cần.

Đặc tính thứ ba của những người trong giai đoạn này là họ đánh giá cao sự ổn định. Đứa trẻ lớn lên trong sự ổn định này hấp thụ những nguyên tắc của cha mẹ cho đến ngày bước vào tuổi trưởng thành khi chúng tự do ra ngoài sự ổn định đó. Chúng muốn trở thành những con người tự chủ. Chúng bắt đầu đi từ nỗi phiền muộn của cha mẹ chúng đến giai đoạn III. Chúng trở thành những cá nhân hoài nghi. Chúng thường xưng mình là những người theo thuyết bất khả tri.

## GIAI ĐOẠN III: LINH ĐẠO CÁ NHÂN

Những người được gọi là "không tin" ấy thường phát triển về linh đạo hơn nhiều người bằng lòng ở lại trong giai đoạn II. Dù có tính cá nhân, nhưng họ không có chút gì là chống xã hội. Trái lại, họ thường dấn thân và quan tâm đến các vấn đề xã hội. Họ hoàn thiện trí óc họ về mọi sự việc. Họ không tin mọi điều họ nghe được kể cả từ nhà thờ. Họ thường chiếm được tình cảm và ân cần với cha mẹ.

Những người tiên tiến trong giai đoạn III là những người tích cực tìm kiếm chân lý. Nếu những người trong giai đoạn III tìm kiếm chân lý đủ sâu rộng, họ thấy được điều họ tìm, nhưng họ không thấy được mọi bộ phận của vấn đề nan giải. Tuy nhiên họ có thể có được một cái nhìn trên toàn cảnh và thấy rằng quả thật nó đẹp và giống với những "thần thoại sơ khai" và "những điều mê tín" mà cha mẹ họ và ông bà họ đã tin tưởng. Đến thời điểm này họ có thể bắt đầu hoán cải qua giai đoạn IV, đó là giai đoạn thần bí và chung của sự phát triển tâm linh.

## GIAI ĐOẠN IV: LINH ĐẠO THẦN BÍ

Những người thần bí là những người có thể nhìn thấy mối quan hệ tiềm ẩn của mọi vật. Họ nhận thấy rằng chúng ta đều là những phần tử thống nhất trong cùng một nhất thể. Người thần bí chấp nhận sự vĩ đại của cái vô tri. Thay vì hoảng sợ vì điều đó, họ tìm cách thâm nhập vào điều đó đồng thời nhận biết rằng họ càng đi sâu hơn, mầu nhiệm sẽ trở nên to lớn hơn. Trong sự tương phản đầy kịch tính với những người trong giai đoạn II luôn cần những cấu trúc tín điều đơn sơ và dứt khoát và không thích thú với điều vô tri và bất khả tri, những người trong giai đoạn IV nắm lấy mầu nhiệm. Những người trong giai đoạn IV đi vào tôn giáo để tiếp cận mầu nhiệm. Những người trong giai đoạn II đi vào tôn giáo để trốn thoát mầu nhiệm.

Những người trong giai đoạn IV biết rằng thế giới là một cộng đồng và việc chúng ta chia rẽ thành những trại lính đánh nhau chính vì không biết điều đó. Khi những người trong giai đoạn IV trở về lại với tôn giáo họ quay về với đôi mắt mới. Họ không cần có những câu trả lời cho mọi vật. Họ thường có thái độ hoàn toàn đại kết. Họ thường làm nhiều hơn luật pháp đòi hỏi.

## MỘT SỐ KẾT LUẬN

Dĩ nhiên có nhiều cấp độ khác bên trong và giữa các giai đoạn trưởng thành tâm linh ấy.

Những người ở giữa giai đoạn I và II thường được gọi là "tái phạm." Đó là những người ví dụ như đã được cứu trong một giáo hội bảo thủ từ một đời sống phóng đãng rượu chè cờ bạc để rồi rơi vào tình trạng cũ sau một hai năm sống đời sống nghiêm chỉnh, kính sợ Thiên Chúa. Họ có thể cần được cứu lần thứ hai và thường tiếp tục lui tới giữa giai đoạn I và giai đoạn II.

Cũng thế có những người lui tới giữa giai đoạn II và III. Ví dụ những người công giáo rời bỏ Giáo Hội chỉ vì bị giày vò bởi tội. Họ có thể "cố gắng lại" với việc đi Thánh lễ Giáng Sinh nửa đêm và Mùa Chay thực hiện quyết tâm trở lại Giáo Hội, chỉ để thấy rằng họ không thể duy trì những cam kết đó. Không phải họ không có những ý hướng tốt để cố gắng, nhưng họ thường thấy "đầu óc họ không còn để tâm vào những việc đó" nữa.

Những người Công giáo này có thể không nhận thấy rằng có một chỗ khác để đi ngoại trừ việc quay lại. Họ không biết rằng họ có thể đi tới. Giai đoạn IV cho họ sự chọn lựa trở lại Giáo Hội nhưng với một đôi mắt khác, với một đức tin trưởng thành hơn.

Cũng thế có những người lui tới giữa giai đoạn III và giai đoạn IV. Những người trong giai đoạn III thường quyến luyến những sự tâm linh mà giai đoạn IV đã mang lại, nhưng nó làm họ hoang mang và họ trở lại với sự an toàn "hợp lý" của giai đoạn III. Họ sợ bị nhiễm vào một điều gì đó mà họ không thể xử lý và có khi tệ hơn, họ sợ họ có thể thích nó. Điều này đặc biệt đúng với những người đã bị tổn thương khi họ đã ở giai đoạn II. Họ sợ lại bị tổn thương nếu họ lại liên quan đến tôn giáo. Họ bị cám dỗ và sợ hãi cùng một lúc.

Cũng có những người thuộc các giai đoạn trưởng thành tâm linh khác cảm thấy bị đe dọa, và các cha xứ và ban hành giáo cần phải đối xử những người cảm thấy bị đe dọa ấy một cách xây dựng.

Những người ở giai đoạn I khi tỏ vẻ "nguội lạnh" và "hoàn toàn nguội lạnh" bị mọi việc và mọi người đe dọa. Những người ở giai đoạn II không bị những "người tội lỗi" trong giai đoạn I đe dọa. Thật vậy họ được coi như một mỏ vàng của những người hoán cải.

Những người trong giai đoạn II có thể bị đe dọa rất nhiều bởi những người hoài nghi của giai đoạn III và hơn thế bởi những người thần bí của giai đoạn IV, những người này phần đông tin tưởng cùng những điều như họ nhưng với sự tự do làm họ khiếp sợ.

Những người giai đoạn III không bị những người trong giai đoạn I (mà họ coi như không nguyên tắc) hoặc trong giai đoạn II (mà họ coi như mê tín) đe dọa nhưng họ e sợ những người giai đoạn IV xem ra rất giống với họ nhưng dù sao họ vẫn còn tin vào một "thứ Thiên Chúa" điên rồ mà những người trong giai đoạn II tin tưởng.

Điều rất quan trọng đối với các Cha xứ, đặc biệt là các Mục tử, là nhận ra những mối đe dọa ấy. Các ngài chỉ có thể làm linh hướng cho những người khác nếu ít nhất họ là người đi trước dẫn đầu cho những người ấy. Nếu các ngài dẫn đầu quá xa, các ngài có khả năng sẽ mất họ. Nếu các ngài lẽo đẽo theo sau họ, các ngài có thể không biết phải đến với họ thế nào và cũng có thể coi họ là xấu xa.

Hiểu biết những giai đoạn ấy là điều quan trọng để xây dựng cộng đoàn. Một nhóm những giáo dân trong giáo xứ có cùng một giai đoạn linh đạo chưa hẳn là một cộng đoàn vì chỉ là một phường hội. Một cộng đoàn đúng nghĩa phải có khả năng bao gồm những người thuộc mọi lứa tuổi và giai đoạn.

Tuy nhiên, việc chăm sóc cần phải xử lý các mối đe dọa giữa những người thuộc các giai đoạn khác nhau trong tinh thần xây dựng. Khi những người làm linh hướng không thể bao gồm nhiều linh đạo khác nhau, sau cùng họ sẽ đi đến việc chuyên môn hóa theo giai đoạn linh đạo của họ. Chúng ta thấy những giáo xứ "chuyên môn" ấy phát triển trong mỗi giáo phận. Người ta chạy về những giáo xứ (chuyên môn) tôn trọng họ và tránh xa những giáo xứ gạt bỏ họ.

Những sự hoán cải giữa các giai đoạn I và II thường đến thình lình và đầy kịch tính, trong lúc sự hoán cải giữa giai đoạn II và IV thường tuần tự. Thông thường trong tiến trình hoán cải từ giai đoạn II đến giai đoạn IV người ta mới ý thức được có sự trưởng thành tâm linh như thế. Những sự

88

hoán cải không bởi các vị làm linh hướng điều khiển nhưng bởi chính Thiên Chúa. Lúc đó vấn đề tôn trọng họ và để cho Thiên Chúa điều khiển họ.

Thách đố với các cha xứ muốn trở thành những người linh hướng hiệu quả trong Giáo Hội ngày nay là tìm ra một phương pháp giúp đỡ cho sự hoán cải của những người từ giai đoạn II đến giai đoạn IV được dễ dàng mà không phải mất cả cuộc đời trưởng thành cho giai đoạn III. Cũng thế những người linh hướng có thể có lợi khi nhớ lại rằng khi đến giai đoạn IV là lúc người ta bắt đầu một tiến trình suốt đời trong đó không còn sự phân chia thành cấp bậc nữa.

# SỰ TRƯỞNG THÀNH TÂM LINH
# XẢY RA NHƯ THẾ NÀO?

*"Tôi trồng, anh Apôlô tưới, nhưng Thiên Chúa
mới làm cho lớn lên."*
I Cô-rin-tô 3:6

Điều giả định trong tiết này là linh đạo nhắm tới sự thay đổi và trưởng thành bên trong của cá nhân để dẫn đến một đời sống làm môn đệ sâu sắc hơn, không chỉ nhắm tới sự gia tăng các nghi thức tôn giáo, các thực hành sùng kính hoặc những tham gia tích cực vào việc giáo xứ cho dù chúng có thể có lợi trong quá trình biến đổi. Thật vậy, khi người ta không thể tạo cảm hứng và làm linh đạo, hẳn sẽ có cám dỗ ẩn mình sau vai trò phụng tự đơn thuần như một linh mục và vào thái độ chỉ chú trọng sự hoạt động tích cực của đời sống giáo xứ.

Chính vì Thiên Chúa kêu gọi và từng bước tạo nên những người hướng dẫn từ những người đáp lại ơn gọi của Người, nên Thiên Chúa mang lại sự trưởng thành tâm linh cho những người đáp lại ơn Ngài gọi họ trở thành người môn đệ. Sự hoán cải có thể xảy ra trong khoảnh khắc, nhưng sự trưởng thành tâm linh phải đòi hỏi nhiều năm. Nếu các Linh mục phải trở thành bà mụ trong tiến trình này, họ cần biết sự trưởng thành tâm linh xảy ra như thế nào.

Câu chuyện Kinh Thánh tốt nhất để giải thích sự trưởng thành tâm linh xảy ra như thế nào hẳn là câu chuyện Xuất Hành. Đây là câu chuyện của đoàn dân được mời gọi đến với một cái gì mới, lên đường trong niềm phấn khởi, bị cám dỗ trong sự ngã lòng muốn rút lui khi đi đường, rồi quyết định trung thành và sau cùng đi đến một trình độ trưởng thành mới.

Trong tiết này của cuốn sách về cách thức mà trưởng thành tâm linh xảy ra, tôi mang lại loạt bài nói chuyện nhan đề "Đảm Nhận sự Biến Đổi Tâm Linh của Chính Bạn" đã được tôi trình bày tại nhà thờ lớn của Cộng đoàn Mông Triệu ở Louisville, Kentucky, trong nhiệm kỳ của tôi ở đó (1983-1997). Sau khi đã giảng về ơn kêu gọi hoán cải của Thiên Chúa trong mấy năm liền, cộng đoàn bắt đầu than phiền, "Chúng tôi nghe cha! Chúng tôi đã đáp lại lời kêu gọi! Giờ đây hãy nói cho chúng tôi phải đi đến nơi nào từ đây!" Dĩ nhiên sự hoán cải là ơn của Thiên Chúa, nhưng sự biến đổi là kết quả của lời đáp trả đầy ân sủng của họ đối với lời kêu gọi họ nên thánh và thành một môn đệ thân thiết sâu của Người.

Những lời ấy chứa đựng những ý niệm tâm linh và những chủ đề của Kinh Thánh đã hướng dẫn tôi trong vai trò người linh hướng cho cộng đoàn ấy. Thiên Chúa kêu gọi dân nên thánh và cho họ khả năng đáp trả, nhưng chính Mô-sê, phải nói thế, mời họ chấp nhận lời mời gọi của Thiên Chúa và thúc đẩy họ giữ vững cuộc đua khi biết rằng: "Mọi đào tạo sau cùng là tự mình đào tạo," - như Đức Giáo Hoàng Gioan-Phaolô II đã nói.

# ĐẢM NHẬN SỰ BIẾN ĐỔI TÂM LINH CỦA CHÍNH BẠN

## "Khi cơ hội đến gõ cửa"

*Bài giảng ngày 28 tháng 2, 1993*

*"Đức Giê-su được Thần Khí dẫn vào hoang địa để chịu quỷ cám dỗ."*
Mát-thêu 4:1

Biến cố quan trọng nhất của đời tôi, còn quan trọng hơn cả việc phong chức, đã xảy ra vào mùa xuân năm 1965. Tôi đã thường vô cùng e thẹn. Tôi thường tránh gặp những người mới hay đi vào những tình huống xa lạ. Tôi hoảng sợ cuộc đời. Tôi giống như điều mà George Bernard Shaw gọi đó một cậu nhà quê bồn chồn, bất mãn hay than phiền thế giới không phải để làm cho tôi hạnh phúc.

Ngày hôm đó tôi đứng ở lối thoát hiểm bên ngoài căn phòng của tôi ở chủng viện Saint Meinrad với một người bạn đồng tu, Pat Murphy. Trong một khoảnh khắc của ân sủng, một ơn từ Thiên Chúa thúc đẩy tôi. Bất chợt tôi buột miệng nói: "Này Pat, tôi rất bệnh và mệt mỏi vì đã hay e thẹn và hoảng sợ cuộc đời đến nỗi tôi sẽ làm một điều gì đó cho tính cách ấy dù nó có giết chết tôi!"

Tôi bị sốc bởi những lời thốt ra từ chính miệng tôi! Nhưng từ giây phút đó, tôi đã đứng lên chống lại con người hèn nhát trong tôi. Tôi đã chủ tâm giết chết "con rồng" và đương đầu với ma quỷ trong đầu tôi cũng như trên đường tôi bước tới, bất cứ khi nào.

Hẳn ngày tôi sẽ không ở đúng chỗ của mình nếu "thời điểm ân sủng" đó đã không xảy ra và nếu tôi đã không nhiệt tình đáp trả. Ngày đó tôi đã quyết định không cho phép mình kháng cự sự trưởng thành cá nhân và tâm linh nữa. Ngày đó ở ngay lối thoát hiểm ấy, tôi đã có một quyết định có ý thức để bước vào thế giới của sự trưởng thành tâm linh và đời sống có chủ tâm. Quyết định thích hợp và tượng trưng đó đã được thực hiện để "thoát hiểm." Trước thời điểm đó, đời tôi đã được hướng dẫn bởi niềm tin rằng đời sống là một cái gì xảy đến cho bạn và bạn, mọi cái bạn có thể làm đã được làm tốt nhất rồi."

Ngày đó, ở lối thoát hiểm ấy, sau cùng tôi đã học được nguyên tắc nền tảng của sự trưởng thành tâm linh. Sợ hãi và đau khổ không thể dùng làm cái cớ để tháo lui khỏi đời sống. Từ ngày đó trở đi tôi hiểu rằng đau khổ phục vụ cho một mục đích. Đau khổ bắt chúng ta phải chú ý và cho chúng ta hiểu rằng thay đổi là cần thiết. Đau khổ báo hiệu rằng đó là thời gian để thay đổi và học những thái độ mới. Khổ nỗi nhiều người chúng ta phá hỏng sự trưởng thành bởi sự khước từ, lạnh nhạt và tháo lui trước đau khổ.

Chúng ta sống trong một nền văn hóa không ngừng nói với chúng ta rằng phải tránh đau khổ bằng mọi giá! Đó là nơi "đi theo đám đông" là điều chết chóc, vì không có sức khỏe tinh thần và cá nhân nào mà không đảm nhận một đau khổ tốt lành. Người khôn ngoan biết khi nào phải ghì chặt lấy đau khổ. Những kẻ điên rồ bỏ chạy trước dấu hiệu lờ mờ của khổ đau.

Đức Giê-su đã bám chặt vào một kinh nghiệm thiêng liêng như thế trong Phép Rửa của Người. Trong thời khắc ân sủng, Người nhận biết được gọi đến nơi nào, ai đã gọi Người và tại sao Người cần dấn thân vào nẻo đường sẽ đưa Người đến đó.

"Kinh nghiệm sa mạc" của Người quả thực là một sự thấy trước điều sẽ chờ Người ở phía trước – ma quỷ! Ở đây chúng ta không cần hiểu theo nghĩa đen. "Ma quỷ" có thể là những tiếng nói chúng ta đều đã nghe trong đầu chúng ta và chúng nói rằng: "trở lại thôi," "hãy theo con đường dễ dãi," "hãy thoải mái" và "không cần biết!"

Ngay sau khi Đức Giê-su quyết định đi theo con đường của Người, ma quỷ bắt đầu hành động! Tin Mừng nói với chúng ta rằng Người xua đuổi ma quỷ. Đức Giê-su đi thẳng qua cái chết để khẳng định vinh quang. Chúng ta cũng thế khi bước đi theo bước chân Người và nhìn thẳng vào ma quỷ, chúng ta cũng sẽ chiến thắng chúng. Có một đời sống mới đang chờ đợi cho mỗi vinh quang.

Làm thế nào người ta "bước vào" tiến trình biến đổi ấy? Đơn giản nhất, chúng ta phải thay đổi cách chúng ta nhìn. Chúng ta phải chịu phẫu thuật mắt triệt để. Chúng ta phải thay đổi triệt để cách chúng ta giải thích các sự việc xảy ra cho chúng ta. Chúng ta phải nhìn vào cùng những biến cố với những con mắt mới.

Điểm đi vào sự phát triển tâm linh có thể là bất cứ điều gì lay chuyển thế giới hiện tại của chúng ta đến tận nền tảng; một cơn đau tim, một cuộc ly dị, một cái chết, một căn bệnh nặng, một cuộc phẫu thuật quan trọng hay thình lình mất việc. Điểm đi vào cũng có thể là sự gặp gỡ nào đó không định trước: một cuốn sách hay, một khóa học dành cho người lớn, một sự quen biết mới hoặc có thể một bài hát cảm động hay một bài giảng cao cả. Có một sự khác nhau đáng kể khi biến cố do tự mình khởi xướng, do hoàn cảnh hay bị cưỡng bách. Chính thái độ của chúng ta đối với kinh nghiệm mới đáng kể.

Nếu chúng ta giữ chặt kinh nghiệm thì sự trưởng thành mới trở thành khả hữu. Nếu tôi gạt bỏ kinh nghiệm, thêm một chút nữa của chúng ta sẽ tàn lụi đi. Những biến cố này có thể được hiểu như những viên đá ném qua những cửa sổ của đời sống chúng ta. Những sứ điệp kèm theo có thể được đọc như "những cơ hội gõ cửa!" Điều quan trọng là luôn đáp trả tích cực với mỗi lời mời gọi.

Có nhiều cách để đáp lại những viên đá ném vào đời sống chúng ta. Có những người đáp lại những "biến cố đưa vào" của họ với sự tò mò của trẻ thơ. Đó là lời đáp lại mà Đức Giê-su tán thành, "Quả thật ai không đón nhận Nước Thiên Chúa với một tâm hồn trẻ thơ, thì sẽ chẳng được vào" (Luca 18:17).

Qua nhiều năm, tôi đã quan sát những người đáp trả theo cách đó. Họ là những quả phụ than khóc lâu ngày và rồi bắt tay vào việc xây dựng đời sống mới. Họ là những người khuyết tật động viên nhau tham gia thi đấu trong thế vận hội (dành cho người khuyết tật). Có hàng triệu người là thành viên của các kỳ thế vận ấy tôn trọng sự điềm tĩnh của họ. Một ngày kia một viên đá, ném vào thế giới của họ, và một cách nào đó họ được chút nhiệt tình can đảm cần thiết để nói "vâng" với lời mời gọi thay đổi ấy và đứng lên trước mọi ma quỷ cố gắng can ngăn họ.

Một cách để đáp lại các biến cố dẫn vào ấy là bỏ chạy. Những người đáp trả theo cách đó sợ phải bỏ đi một vài thói quen cũ mà họ ưa thích, sợ mất đi sự kiểm soát, sợ phải xét lại bản đồ thực tại của mình, sợ hết thảy các công việc mà thay đổi thật sự đòi họ phải làm. Thay vì hướng năng lực của họ vào việc tìm kiếm cơ hội bên trong một hoàn cảnh mới, những người bỏ chạy khỏi những biến cố ấy phung phí năng lượng để chống lại thực tại không muốn.

Họ nghĩ trong lòng: "Nếu tôi không thích điều đó đủ, tôi có thể bỏ đi." Có những người mất cả đời thay đổi danh sách các lý do làm họ có ấn tượng vì không hạnh phúc: "Nếu điều đó đã không xảy ra …" "Nếu điều đó không xảy ra cho ông ấy hay cô ấy…" "Nếu điều đó không xảy ra ở những thời kỳ chúng ta đã sống …" hay "Tôi là một nạn nhân của hoàn cảnh!"

Một ví dụ sau cùng về cách mà nhiều người đáp lại những biến cố đi vào ấy là ngần ngại. Một số người ngần ngại vì họ lo lắng những người quan trọng trong đời họ sẽ phản ứng thế nào khi họ bắt đầu thay đổi một cách nghiêm túc.

Một đôi khi sự ngần ngại này và thiếu tính hiếu kỳ thường dùng để bảo vệ. Bao lâu chúng ta còn thích than thở, chúng ta thật sự không muốn trở thành một cái gì khác. "Điều gì tôi phải trở thành khi dấn thân vào một kỷ luật đòi hỏi nào đó? Sẽ thế nào nếu tôi khám phá ra rằng điều tôi muốn cho đời tôi hoàn toàn khác hẳn với điều tôi có? Điều gì nếu tôi thấm nhiễm một cái gì, khi có những kinh nghiệm mới khác thường, hoặc có khi tệ hại dù rằng tôi thích chúng?"

Chúng ta vừa sợ vừa khao khát trở nên chính chúng ta, là chúng ta đích thực. Dù sao ở mỗi khởi điểm, chúng ta phải có một quyết định. Chúng ta có thể nói "không" hoặc chúng ta có thể nói "có." Những người nào trong chúng ta có thể nói "không" sau khi suy nghĩ kỹ có thể ra khỏi tiến trình bất cứ lúc nào. Nhưng nếu chúng ta nói "có" lúc đó sự việc sẽ không hoàn toàn như thế. Chúng ta lên đường để trở thành một người mới.

Chúng ta đều có những viên đá ném vào đời sống chúng ta nhiều lần, chúng ta nhận biết chúng là gì hoặc không nhận biết. Những biến cố này có thể vô cùng đau khổ hay kịch tính. Chúng có thể là những kinh nghiệm "Tôi thấy rồi" làm sững sờ ngây ngất. Vậy chúng ta đã đáp trả với chúng như thế nào? Nếu chúng ta sẵn sàng cho cuộc phiêu lưu tinh thần và sự biến đổi cá nhân chúng ta cần phải luôn nghĩ về cơ hội kế tiếp và biết nó dẫn chúng ta đến đâu. Chúng ta cần có một đam mê thật sự trong khi tìm kiếm. Chúng ta có thể trở thành một con người mới bao lâu chúng ta còn ham thích, tùy thuộc vào việc chúng ta có thể tập trung được bao nhiêu lòng can đảm và bao nhiêu sự quan tâm!

## KHỞI SỰ LÊN ĐƯỜNG

*Bài giảng ngày 7 tháng 3, 1993*

*"Thiên Chúa nói cùng Áp-ram: "Ngươi hãy rời bỏ mảnh đất của họ hàng ngươi đến một miền đất ta sẽ chỉ cho ngươi. Áp-ram đi như Đức Chúa hướng dẫn ông. Áp-ram được sáu mươi lăm tuổi khi ông ra đi ... ."*

Sáng Thế 12:1-4

Cũng vào khoảng thời gian này trong năm, mấy năm trước Tổng Giám Mục Kelly kéo tôi ra một bên trong cuộc họp mặt các Linh mục và nói những lời này với tôi: "Tôi muốn cha đến nhà thờ Chính tòa và làm một điều gì đó cho nó! Tôi sẽ cho cha một hay hai tuần để suy nghĩ về điều đó."

Hãy nói về viên đá ném qua cửa sổ một đời sống! Tôi là một chủ chăn miền quê rất hạnh phúc trên 150 gia đình. Tôi đã ở đó chỉ ba năm trong số mười năm được giao nhiệm vụ. Tôi rất thoải mái và được yêu thương. Người dân ở đó rất mơ mộng. Đó là một miếng bánh.

Tôi hoàn toàn rất thú vị và bị bất ngờ trước lời mời. Đầu óc tôi ngay lập tức tràn ngập những lời thì thầm phủ nhận: "Tại sao lại bỏ giáo xứ nhỏ dễ chịu miền quê lâu đời để chuyển hướng về Louisville? Nhà thờ lớn chỉ có một nhúm giáo dân, nhiều vấn đề và rất ít tiền. Liệu có thực tế không khi kéo khu phố buôn bán đến dự Thánh lễ? Những kỳ vọng ấy không thực tế! Tôi sẽ nói "không!"

Bên cạnh những âm thanh ồn ào thì thầm khước từ trong trí, có một âm thanh sau đầu tôi vẫn nói với tôi "thử xem" vì tôi có thể làm được một điều gì đó. Lúc đó tôi biết rằng nếu tôi không nói "có" tôi sẽ mãi mãi hối tiếc, vì tôi luôn luôn tự hỏi điều gì có thể xảy ra. Tôi đã chọn nghe theo âm thanh nhỏ bé thay vì tiếng thì thầm ồn ào. Sau ít ngày tôi viết thư cho Đức Tổng Giám mục và trả lời "có."

Khi tôi đến nơi này, tôi thấy nhiệt tình phấn khởi! Tôi có hai Mục tử phụ tá và một lời mời gọi rõ ràng từ chính Tổng Giám mục là hãy có tính sáng tạo như ý tôi muốn. Tuy nhiên, nhiệt tình của tôi không sống lâu. Cuối năm đầu tiên tôi quá thất vọng đến nỗi tôi viết một bức thư xin từ chức. Giáo xứ quá nhỏ đến nỗi phải dựa vào du khách để trả tiền các hóa đơn. Mọi ý tưởng của tôi đòi hỏi những khoản tiền mới. Khoản tiền duy nhất mà nhà thờ có nằm trong tài khoản tiết kiệm được giữ cẩn thận và Tòa án sợ rằng chúng tôi tiêu hết tiền tiết kiệm nên mới miễn cưỡng chi cho chúng tôi số tiền đó.

Bức thư tôi gửi cho tòa án được trả lời chậm trễ, sau cùng tòa án đã chi trả số tiền ấy nên chúng tôi có thể đầu tư vào một vài chương trình mới, đặc biệt âm nhạc và phụng vụ. Vì các nhà thờ Chính tòa có một sứ mạng cho toàn thể cộng đoàn không chỉ cho giáo xứ và giáo phận. Quỹ Di Sản Chính Tòa, một tổ chức liên tôn được thành lập ít năm sau đó để đáp lại lời yêu cầu xin tài trợ của tôi trong nhiệm vụ đáng sợ là mang lại sức sống cho nhà thờ như một trung tâm văn hóa cho toàn thể cộng đoàn. Dần dần các giáo xứ bắt đầu trưởng thành. Quỹ Di Sản Chính Tòa hoạt động mạnh. Mọi cái dường như thành công! Mỗi năm thử nghiệm và khai thác đã sinh ra những kết quả.

Vâng, tôi đã có một vài sự thối lui và chán nản, nhưng giờ đây khi chúng ta sắp sửa đi vào sự suy sụp trước lúc xuyên thủng phòng tuyến để dự án canh tân chính của chúng ta sẽ làm cho giấc mơ trở thành sự thật. Tôi nghĩ chúng ta sắp thực hiện được nó nếu chúng ta bỏ thêm một chút thời gian nữa.

Chúng ta sẽ có một cộng đoàn sinh động và mọi sự sẽ trở lại dễ dàng. Và rồi khi sự canh tân của nhà thờ Chính tòa kết thúc, chúng ta sẽ phải thể hiện một loại can đảm và tưởng tượng mới nếu chúng ta sử dụng nó tốt và thu hoạch tiềm năng của nó như một trung tâm nuôi dưỡng tâm linh cho một cộng đoàn rộng lớn. Đối với tôi, toàn bộ cuộc phiêu lưu này đã là một tiến trình biến đổi tinh thần cá nhân và một tiến trình phát triển chung mà chúng ta đã cùng chia sẻ như một giáo xứ!

Câu chuyện hay về Áp-ram được lấy từ bài đọc thứ nhất hoàn toàn hợp với chủ đề hôm nay. Ở tuổi bảy mươi lăm, một hòn "đá" đã ném vào đời sống của Áp-ram. Ông và Sara có thể rút lui thoải mái khi mà hầu như một chân ông đã đặt vào trong nấm mồ. Liệu bạn có thể nghe được điều gì đang tiếp tục trong đầu của Ap-ram? "Ngài muốn tôi trở lần đầu làm cha bây giờ sao? Ngài muốn tôi đổi chỗ ở bây giờ sao? Tôi có điên mới nghĩ đến điều đó! Chỉ có là một lão già điên mới nói có với một điều gì giống như thế?" Là một người của đức tin, Áp-ram nói "có" với Thiên Chúa. "Sara, hãy xách va ly! Mua ít áo bầu! Mang giày vào và đi theo tôi!"

Tin Mừng hôm nay trình bày cho chúng ta một câu chuyện về sự biến đổi tâm linh. Tôi gọi đó là ý niệm mơ hồ về vinh quang. Đức Giê-su cho các môn đệ một tiên cảm, một ý niệm mơ hồ về vinh quang sẽ tới. Giống như nhiều người trong các giai đoạn ban đầu của sự biến đổi mới nhìn thoáng qua điều gì phải tới, Phê-rô muốn dừng lại tại đó khi ông thốt lên: "Nào, điều ấy tốt quá, chúng ta sẽ ở lại trên núi này mãi mãi!"

Nhưng các môn đệ chỉ mới nhìn thoáng qua. Để đi từ đây xuống đó, họ phải đi xuống thung lũng của sự chết và leo ngược lên. Đức Giê-su dành cái nhìn trước này, tiền vị này và cái nhìn thoáng qua này để nâng đỡ họ trong những lúc gian nan trên hành trình trước mắt.

Chúng ta có thể gọi giai đoạn hai của sự biến đổi tâm linh cá nhân là giai đoạn thăm dò. Sau khi nói "có" với một biến cố dẫn vào mang đến cho chúng ta một lời mời gọi trưởng thành và thay đổi, chúng ta bắt đầu lên đường (thận trọng hay nhiệt tình) trên giai đoạn thăm dò. Đã cảm nhận có điều đó đáng để đi tìm, tôi rời bỏ bờ này để giong buồm qua bờ bên kia. Không còn kháng cự hay chống lại tiến trình, trí óc chúng ta can đảm mở ra để đón nhận một cái gì mới. Một tâm trí cởi mở là điều quan trọng trước bất cứ điều gì có thể thay đổi. Với sự mở ra cho cái mới này, cuộc phiêu lưu làm biến đổi bắt đầu.

Trong giai đoạn thăm dò sự phát triển tâm linh, sớm hay muộn người tìm kiếm sẽ có được hương vị của thế giới đang đến và thích thú nó như đứa trẻ thích thú trong cửa hàng bán kẹo. Giống như Phê-rô trong Tin Mừng hôm nay, chúng ta muốn làm cho hương vị đó trường tồn. Hương vị ban đầu, thành công mạnh mẽ đến nỗi những người ấy, nam cũng như nữ, bước vào một thời kỳ "bận rộn tìm kiếm."

Một mặt họ cảm nghiệm nỗi hân hoan. Họ không thể có đủ kỹ thuật, thầy dạy hay chương trình mới. Họ tiếp tục sao lục kinh nghiệm mạnh mẽ ban đầu. Mặt khác, họ cảm thấy cô đơn. Trong giai đoạn này, họ có thể trở thành một nhà giảng Phúc Âm khó chịu muốn nói cho thế giới biết phương thuốc trị bách bệnh vừa mới được khám phá.

Bạn biết những người này, họ ra khỏi một tu viện, một nơi linh thiêng hay một chương trình nào đó, có được một kinh nghiệm đặc sủng, về nhà chiêu mộ những ứng viên mới cho kinh nghiệm ấy (trong số những người hay đến thăm họ) và sau cùng dành trọn thời gian cho việc truy tìm ấy, một thời kỳ kéo dài cả sáu tháng! Thông thường đây là một thời kỳ của điều chắc chắn khó chịu mà đằng sau nó là lòng khao khát người khác công nhận giá trị của kinh nghiệm ấy. Đó là trường hợp của ngư phủ Phê-rô khoe khoang trong một phút để rồi phút sau ngã sấp mặt.

Nếu người ta không nóng vội trong giai đoạn này, hay làm cho người khác hóa rồ, họ sẵn sàng đi sâu hơn. Điều quan trọng trong giai đoạn này không phải là từ bỏ nhưng là tiến qua cái khó. Giai đoạn này là ra khỏi một quan điểm và tìm một điểm nhìn khác. Người ta thấy rằng không có hệ thống đơn lẻ nào hoạt động cho hết thảy mọi người, và như thế họ tập trung vào con đường của mình và để cho những người khác tìm con đường tốt nhất của họ. Từ một quan điểm như thế, chúng ta có thể đánh giá không chỉ quan điểm của chúng ta, nhưng cùng lúc nhiều quan điểm khác.

Tôi xin tóm tắt những giai đoạn biến đổi tâm linh và cá nhân mà tôi vừa bàn đến. Trong giai đoạn một, bạn có được một điểm vào. Bạn nhìn vào điểm vào ấy và hoặc bạn gạt bỏ lời mời gọi trưởng thành và thay đổi hoặc bạn nắm lấy cơ hội được đưa đến. Nếu bạn đi với nó, bạn vào giai đoạn hai, một thời kỳ thăm dò.

Trong giai đoạn này bạn thường có những cảm nghiệm mạnh mẽ và linh động qua đó bạn thoáng thấy điều chưa xảy đến, những kinh nghiệm này hầu như có thể gây nghiện, làm cho bạn thành gàn dở, nhưng không sao. Đó là một phần của tiến trình. Nếu bạn kiên nhẫn với chính mình và nhận ra đó là gì, chỉ là một hàng mẫu, bạn sẽ không tuyệt vọng khi nó không thường xuyên và bạn thấy rằng còn nhiều việc khó phải làm. Bạn sẵn sàng đi vào một giai đoạn khác: sự thống nhất.

Câu chuyện biến hình trong Tin Mừng rất có ích cho những người trong giai đoạn hai của sự biến đổi cá nhân và tâm linh. Nó bảo đảm có một chỗ cho những kinh nghiệm trưởng thành nhân cách tôn giáo căng thẳng ấy, dù người ta biết họ không thể ở lại đỉnh núi mãi mãi, họ phải xuống lại chân núi. Vậy tại sao lại lo lắng ở chỗ đầu tiên? Vì thế cái gì ở trên biết có gì ở dưới nhưng cái gì ở dưới không biết có gì ở trên. Người ta leo, người ta nhìn, người ta xuống thì người ta không nhìn nữa nhưng biết mình đã nhìn thấy có một nơi mới.

Trong tiến trình biến đổi, chúng ta ở nhà thờ Chính tòa thường thoáng thấy điều chưa xảy đến, giống như chúng ta đã thấy khi tầng hầm của nhà thờ mới làm xong hoặc khi ô cửa sổ ở chân tường trong nhà thờ vừa hoàn thành, nhưng giữa hai cái nhìn thoáng qua ấy có nhiều công việc khó khăn, dơ bẩn phải được làm trước khi chúng ta chúng ta có thể thực hiện giấc mộng của chúng ta. Những kinh nghiệm đỉnh cao ấy giúp chúng ta vượt qua những thời điểm cam go. Chúng ta có thể sống bởi ít điều chúng ta đã thấy.

## CÔNG NHẬN GIÁ TRỊ

*Bài giảng ngày 14 tháng 3, 1993*

*"Không còn phải vì lời chị kể mà chúng tôi tin. Quả thật, chính chúng tôi đã nghe và biết rằng Người thật là Đấng cứu độ trần gian."*
**Gioan 4:42**

Mới nhìn vào nơi này ! Bụi bặm! Sơn đổ vương vải! Đồ tạp nhạp! Sự xấu xí khắp nơi!

Tuần vừa qua, tôi nói về một vài bức ảnh cũ và đi đến một hình ảnh của bên trong nhà thờ năm ngoái. Nó đã ngăn nắp và sạch sẽ và được trang hoàng đúng cách. Tôi hồi tưởng về những tháng trước kia, đến một hình ảnh những người lên kế hoạch nghiêm túc và tỉ mỉ các buổi lễ mà chúng ta thường có ở quanh đây. Trong lúc tôi ngồi ở kia nhìn vào bức tranh, tôi cảm thấy mũi tôi như một bầu chứa của máy hút bụi bay xung quanh chúng ta, đặc biệt là những ngày trong tuần. Trong một phút hay hai phút tôi đã có cảm tưởng muốn rằng chúng ta đừng bao giờ khởi sự.

Tôi đã thấy mình cười thầm vì biết mình đã nghĩ lại và tôi thấy những ý nghĩ ấy là một phần trong tiến trình biến đổi. Chúng có trên thời gian biểu! Nhưng tôi cũng biết rằng suốt trong thời gian đó của tiến trình biến đổi, cái mới sẽ bắt đầu tỏ hiện, cả trong bụi bặm. Thật vậy, giờ đây tôi đã dựng từng mảnh tương lai trong vài tuần lễ. Đó không phải là một mặt bằng tạm thời. Đó là mặt trước của cái khung cho một mặt bằng đặt bàn thờ và những bậc thang. Giống như cây nghệ nhú đầu ra khỏi tuyết, ngôi nhà thờ mới sẽ hiện ra từ tình trạng bừa bộn này!

Dĩ nhiên bản đồ hoàn hảo cho những người biến đổi nhân cách và tinh thần được tìm thấy trong bài đọc một của sách Xuất Hành. Trong câu chuyện này, dân Thiên Chúa thấy họ bị làm nô lệ trong một xứ sở xa lạ. Đó là tất cả chúng ta khi đời sống không ổn. Mô-sê đề nghị dẫn họ đến "miền đất mới," đi vào một cách sống mới. Mô-sê là hòn đá đánh dấu cơ hội đến và ném vào đời sống chúng ta. Dân Thiên Chúa quyết định đi theo Mô-sê và chấp nhận lời mời gọi đi vào cách sống mới. Nhưng giống như mọi dân tộc trong tiến trình biến đổi, nhiệt tình của họ đổi thành niềm thất vọng không lâu sau khi lên đường. Một cách bất ngờ, đời sống cũ bắt đầu có vẻ tốt khi so sánh với sự thiếu thốn của không gian giữa hai thế giới tượng trưng bằng sa mạc.

Giống như mọi người trong tiến trình biến đổi, những người đi theo Mô-sê bắt đầu hối tiếc đã lên đường với ông.

Thỉnh thoảng trên đường đi đến miền Đất Hứa, một ít hy vọng dường như xuất hiện bất ngờ - một ít nước, một ít bánh có vị lạ và ít chim cút. Họ tiếp tục bất chấp sa mạc để một ngày kia nhận ra rằng sự vật thình lình ngày một xanh hơn. Để rồi sau cùng họ nhận xét: "Đất hả, bạn không thấy nó sao, còn rất mờ nhạt ở chân trời đó?" Sau cùng họ đi vào đời sống mới họ thường mơ ước.

Đó là điều phải được mong đợi trong mỗi sự biến đổi nhân cách và tâm linh. Những bước đi cũng chắc chắn như mùa xuân theo sau mùa đông. Đó là cách sự vật hoạt động!

Bạn có được một cơ hội để thay đổi, một lời mời để trưởng thành. Nếu bạn từ chối. Nếu bạn không thể khoan dung với sự chống trả thì tốt hơn bạn nên chấp nhận cơ hội dù nhọc nhằn hay vui sướng và bạn đi vào tiến trình. Bạn lên đường, lạc quan rằng bạn có thể đạt đến thành công khi theo con đường lên đồi hơi dốc. Bạn đi vào tiến trình được tiếp sức bởi lòng trông cậy.

Không quá lâu trong tiến trình, "ma quỷ" nhảy xung quanh đầu óc bạn và nhảy vào đường bạn đi để làm bạn chán nản và bỏ cuộc. Chúng ra sức làm bạn đánh mất tầm nhìn bạn đang hướng tới hoặc thuyết phục rằng bạn đã rơi vào một hoàn cảnh vô vọng. Đây chính là nơi chúng ta đều phải chìm xuống hoặc phải bơi trong tiến trình biến đổi. Không còn nhiệt tình, không có vinh quang! Chỉ vì sự việc không diễn tiến như bạn đã dự tính không có nghĩa là bạn sẽ bỏ cuộc. Điều này chỉ để bắt buộc bạn quay về suối nguồn sáng tạo và tìm đường lối khác để đạt được mục tiêu. Sự thất vọng là một nội dung cần thiết cho bất kỳ tiến trình biến đổi nào. Bạn đừng nên mắc sai lầm khi buông bỏ khát vọng của bạn nếu bạn gặp điều gì có vẻ như một ngõ cụt. Câu trả lời cho ngõ cụt tưởng tượng này là cái gì mới thật sự là quan trọng.

Ở chỗ này nhiều người ra khỏi tiến trình. Đó là điều mà mọi vật tỏa sáng đều nằm trong lần đọc đầu tiên: Người ta muốn quay trở lại! "Tại sao ông lại đem chúng tôi ra khỏi Ai Cập? Chẳng phải để chúng tôi chết khát ở đây sao?" "Ít nhất ngày xưa chúng tôi được ăn đầy đủ!" Nếu bạn mong chờ và đối diện với những hoàn cảnh như thế và đứng vững trên nền tảng, bạn sẽ bắt đầu thấy được các giải pháp mà bạn không bao giờ nghĩ đến. Tất cả chúng ta đi qua tiến trình biến đổi nhân cách và tâm linh thấy chính mình rơi vào những lỗi lầm của người Do Thái ở điểm này hay điểm khác. Khổ nỗi, chúng ta phải đi qua một số thời điểm như thế trong giai đoạn này. Đây là giai đoạn đánh dấu bởi nghịch cảnh, xung đột gay gắt, sự dao động và thử thách.

Khi đã chiến thắng trên mọi cám dỗ bỏ cuộc, để trở lại và buông xuôi thì một giai đoạn khác mở ra trong tiến trình. Sự vượt qua phòng tuyến và thấu suốt bắt đầu nổ to như bắp! Chúng có thể đến với sự ngạc nhiên làm choáng váng hay một sự hiểu biết đơn sơ và yên tĩnh. Trước khi bạn hiểu nó, thực tế bạn đã bắt đầu trở thành một con người mới. Đó là thời kỳ của sức mạnh và sự bảo đảm mới. Đó là một thời kỳ mới sau mọi nhếch nhác, lộn xộn và thất vọng. Đó là điều mà chúng ta sẽ thấy thay đổi từ bụi bặm và sự tàn phá xung quanh chúng ta. Sức mạnh này và sự an toàn này sẽ đến, chắc chắn như mùa xuân sẽ đến sau mùa đông. Nó hoạt động như thế dù là làm biến đổi công trình hay làm biến đổi bản thân. Sự chán nản mà chúng ta cảm nghiệm là dấu chỉ chắc chắn nhất rằng đã có một sự vượt qua trở ngại đang tiềm ẩn. Đau khổ không phải là một lý do tốt để ra khỏi tiến trình; nó là lý do tốt nhất để ở lại cuộc đua. Đau khổ và xáo trộn sẽ đến không có gì phải ngạc nhiên trong một sự biến đổi như thế. Thật vậy, nó phải được mong đợi, chúng ta phải dự trù có nó.

Khi đã vượt qua một cuộc hành trình như thế, bạn sẽ trở lại vị trí nền, vui mừng vì chiến thắng, sống trong thế giới mới của bạn hoặc trở thành một con người mới và sau khi đã vượt qua một vài cuộc hành trình như thế, bạn có thể thấy rằng bạn không cần dựa vào một "chương trình," "một quân sư," hay "một người linh hướng." Bạn không cần phải tín nhiệm họ. Bạn sẽ tự mình biết được rằng tiến trình đang hoạt động và bạn tín nhiệm nó đủ để áp dụng nó cho những lãnh vực khác của đời sống bạn. Bạn sẽ bắt đầu tín nhiệm vị cố vấn nội tâm. Bạn sẽ cần ít hơn sự công nhận giá trị bên ngoài. Bạn sẽ giống như những người Samari trong Tin Mừng hôm nay nói rằng: "Không còn phải vì lời chị kể mà chúng tôi tin. Quả thật, chính chúng tôi đã nghe và biết rằng Người thật là Đấng cứu độ trần gian."

Một khi bạn đã đi qua tiến trình một thời gian ngắn, bạn bắt đầu hiểu nó hoạt động ra sao và biết rằng mỗi lần bạn áp dụng tiến trình cho lãnh vực đời sống nào không ổn mà bạn cần thay đổi, chắc chắn bạn sẽ đi qua một giai đoạn bất ổn của ảo tưởng khi tạm thời ném mình vào một hố sâu không đáy. Bạn sẽ học cách đón nhận nó và bạn biết đi qua thời kỳ đó, đồng thời nhận ra rằng chiến thắng là điều chắc chắn. Đến đây tôi nhớ lại những lời của ngôn sứ Kha-ba-cúc: "Đó là một thị kiến sẽ xảy ra vào thời ấn định. Nó đang tiến nhanh tới chỗ hoàn thành chứ không làm cho ai thất vọng. Nếu nó chậm tới thì cứ đợi chờ, vì thế nào nó cũng đến chứ không trì hoãn." (Kha-ba-cúc 2:3).

Khi đã khám phá sự biến đổi hoạt động như thế nào và khi đã làm chủ tiến trình, sau cùng bạn sẵn sàng "ném những hòn đá qua cửa sổ của chính mình." Bạn sẵn sàng dấn thân vào công việc vất vả để trưởng thành và tiến hành cuộc hành trình này sau cuộc hành trình kia. Thay vì bị dẫn đưa vào việc tích lũy thêm nhiều lợi ích vật chất cho mình, tình yêu và nỗi đam mê chân thật của bạn trong đời sống sẽ ngày càng trở nên thâm sâu trong chính bạn. Lúc đó bạn sẽ tìm thấy được "viên ngọc vô giá," "khung cửa hẹp" và loại "của cải vô giá" mà "mối mọt không thể ăn và kẻ trộm không thể đánh cắp được."

## SỰ TÁI DIỄN

*Bài giảng ngày 21 tháng 3, 1993*

*"Thế ra cả chúng tôi cũng đui mù hay sao?" Đức Giê-su bảo họ: "Nếu các ông đui mù thì các ông đã chẳng có tội. Nhưng giờ đây các ông nói rằng: 'Chúng tôi thấy', nên tội các ông vẫn còn!"*
Ga 9: 40-41

Tôi không thể nhớ "giờ giấc lần đầu tôi tin," nhưng dường như đối với tôi tôi đã trao trái tim và linh hồn cho tôn giáo bao lâu tôi còn nhớ được. Tôi vẫn có thể nhớ rõ ràng sự đấu tranh để ghi nhớ Kinh Lạy Cha và Kinh Kính Mừng khi tôi được sáu tuổi. Ý tưởng trở thành Linh mục đến với tôi khi tôi bảy tuổi. Tôi vào chủng viện lúc mười bốn tuổi. Tôi được phong chức lúc hai mươi sáu tuổi. Khi tôi được ba mươi mốt tuổi, tôi trở thành Mục tử của ngôi nhà thờ thứ nhất, và khi tôi ba mươi sáu tuổi tôi trở thành Mục tử của ngôi nhà thờ thứ hai. Khi tôi ba mươi chín tuổi tôi trở thành Mục tử ở đây tại nhà thờ Chính tòa. Tôi dường như đã trao trọn trái tim và linh hồn cho tôn giáo cả cuộc đời tôi.

Khi tôi không kinh doanh ơn gọi của tôi với bất cứ ai, tôi biết rõ rằng làm Linh mục trong những ngày này thật không dễ dàng gì. Tôi đã thấy quan sát hầu hết các bạn cùng lớp rời bỏ chức linh mục. Tôi đã bối rối bởi nhiều vụ vấp ngã mà các Linh mục bạn của tôi có liên quan, trong lúc tôi nhận thấy rằng "chỉ vì ân sủng của Thiên Chúa mà tôi đi." Tôi đã bỏ rất nhiều năng lực để chữa lành những thiệt hại mà tôn giáo cơ cấu đã gây ra cho một số người, trong lúc tôi run rẩy khi nghĩ rằng một lỗi lầm của tôi có thể gây hại cho người khác đánh mất đức tin của họ.

Với một bàn tay, tôi đã làm việc để tạo ra một chỗ cho người trong Giáo Hội chúng ta bị loại bỏ và gạt ra bên lề, trong lúc với bàn tay kia tôi băng bó những vết thương của tôi và giữ cho mình khỏi bị sơ cứng. Tôi tiếp tục nói về sứ điệp hy vọng cho nhiều người bước thêm một hai bước khỏi thái độ buông xuôi trong lúc chiến đấu để mau chóng giải thoát chính mình. Kinh nghiệm cho tôi biết rằng phải có lòng can đảm đặc biệt để đứng vững trong một tôn giáo có tổ chức hôm nay. Vào một ngày tồi tệ, tôi bị cám dỗ để tin rằng chỉ có hai loại người còn lại trong Giáo Hội – những người hoàn toàn ngủ mê và những anh hùng thánh thiện. "Chúng ta tiến bước nhờ lòng tin chứ không phải nhờ thấy Chúa" (2 Cr 5:7).

Tôi rất đau khổ khi nhìn thấy giáo xứ mà tôi yêu cả đời mình lại chịu rất nhiều tổn thương. Nhưng dù tôi thích hay không cái cũ đã đi qua trước mắt chúng tôi, điều này đã làm nhiều người kết luận sai lầm là tôn giáo đang chết.

Đáp lại, những người bảo thủ đang cố gắng kéo chúng ta về những nồi thịt ở Ai-Cập mà họ tưởng tượng là "những ngày xưa tốt đẹp." Những người bảo thủ biết rằng những người cố gắng bảo vệ đời sống mình sẽ mất chúng và hơn thế nữa. Sự khoác lác và gầm gừ của họ để người ta phải nghe họ ngày càng có ít hiệu quả. Họ thấy việc làm theo hay vâng theo quyền bính là câu trả lời. Rồi họ nghĩ họ có thể được tuân theo chỉ cần đòi hỏi nó.

"Những người tự do" thì không được giúp đỡ vì họ thấy giải pháp nằm trong việc cải tổ hơn nữa, tổ chức lại những hình thức tôn giáo. Việc bài trừ thánh tượng, phá hủy hết các biểu tượng tôn giáo thường chỉ là những vấn đề bàn cãi của một ít người theo tôn giáo tự do.

Cả người bảo thủ lẫn người tự do đã bị sự chán nản ngày hôm nay đánh bại vì cả hai thiếu một điểm quan trọng. Họ đều bị ám ảnh bởi những định kiến bên ngoài. Tôn giáo không chết, nó đang vận động bên trong nhiều người và thật khó để theo dõi dấu vết với việc thăm dò ý kiến vì phương tiện này chỉ đo lường mô hình tôn giáo bên ngoài. Vì chính lý do này mà tôi vô cùng hy vọng và lạc quan.

Cả người bảo thủ lẫn người tự do đều thiếu một điểm quan trọng vì điều làm chúng ta mắc sai lầm không thể được xác định từ bên ngoài. Cả hai thường quên rằng sứ điệp Ki-tô giáo chính thống trước hết là kêu gọi thay đổi trái tim, một sự thay đổi triệt để nội tâm con người. Vâng theo quyền bính và việc canh tân cơ cấu không phải là một phương tiện, nhưng là một kết quả của sự thay đổi! Những hành động bên ngoài sẽ theo sau một trái tim người được thay đổi. Phần lớn những quyền bính tôn giáo và những lãnh tụ chính trị không biểu lộ điều đó ra bên ngoài. Việc quốc tế hóa tôn giáo có thể không cần thành luật, hoặc không thành yêu sách.

Một loạt các cuộc nói chuyện này là để xác định các sự vật từ trong ra ngoài. Không có cách nào khác. Sự mù quáng này là ở chỗ tập trung thay đổi những việc bên ngoài và nó giữ chặt chúng ta trong tuyệt vọng và không hiệu quả. Chính trong tình trạng "mù quáng" này mà Đức Giê-su mời gọi chúng ta đến để được chữa lành! Đời sống không được tháo ra từ ngoài vô trong, nhưng từ trong ra ngoài. Khi chúng ta thực hiện sự chuyển tiếp này trong suy nghĩ, chúng ta sẵn sàng tạo ra phép lạ cho chính chúng ta và cho thế giới chúng ta. Loạt bài này nói về sự biến đổi:

110

chúng ta làm thế nào để thay đổi đời sống và thế giới chúng ta từ trong ra ngoài. Không Giáo Hội nào, gia đình nào, đất nước nào mạnh khi mỗi người trong đó đều yếu nhược. Sự biến đổi nội tâm của mỗi cá nhân, là hy vọng duy nhất của chúng ta cho một đời sống và một thế giới tốt đẹp hơn. Chúng ta đã cố gắng làm mọi việc khác trước đây.

Trong những cuộc nói chuyện này tôi đã mô tả một tiến trình nội tâm. Khi chúng ta quay vào bên trong để tìm kiếm sức mạnh tâm linh làm kinh ngạc của trí tuệ, tâm hồn và thân xác, chúng ta khám phá ra rằng Thiên Chúa không ở ngoài kia, một nơi nào đó, nhưng ở với chúng ta – ở đây và bây giờ. Người là cái hiện tại "Thật vậy, chính ở nơi Người mà chúng ta sống, cử động và hiện hữu" (Cv 17:28). Chính từ bên trong, nơi Thiên Chúa cư ngụ mà chúng ta được mời gọi biến đổi. Tôi tin rằng "sự thay đổi cách suy nghĩ này" là điều mà Đức Giê-su gọi là metanoia (hoán cải)

Chúng ta hãy nhìn lại tiến trình biến đổi này một lần nữa. Trước hết có một biến cố dẫn vào, biến cố này tôi đã mô tả như hòn đá ném qua cửa sổ đời bạn, mời bạn thay đổi và trưởng thành. Biến cố dẫn vào này có thể là cái chết của một người thân yêu, một vụ ly dị, một công việc thay đổi, một sự quen biết mới, bị dồn vào chân tường, hay một cuốn sách mới. Biến cố ấy có thể buồn hay vui.

Những biến cố này có thể bắt buộc chúng ta, hoặc do hoàn cảnh, hoặc do mình tự khởi sự. Điều duy nhất đáng nói là phản ứng của chúng ta đối với những biến cố ấy. Nếu chúng ta giữ chặt kinh nghiệm thay đổi, chúng ta bước vào một tiến trình thay đổi. Nếu chúng ta chống trả, chúng ta liên kết với các đám đông những người không chọn lựa trưởng thành để được an toàn và tiện nghi, những người tự sát tinh thần và nhân cách. Nhưng một khi dấn thân vào tiến trình biến đổi, chúng ta phải chịu một sự thất bại đau đớn. Với sự kiên trì nhẫn nại, sự thất bại ấy sẽ biến đổi thành sự đi xuyên qua. Sau cùng chúng ta đi vào "miền đất hứa." Chúng ta trở thành con người mới; chúng ta thấy mình sống một đời sống mới mà chúng ta thường mơ ước.

Những người đã sống qua quá trình biến đổi một thời gian không còn cần dựa vào các kinh nghiệm tôn giáo của những người khác vì họ biết về chính mình. Họ đã có những kinh nghiệm tôn giáo riêng. Họ sẵn sàng áp dụng những điều họ đã học được vào nhiều lãnh vực của đời sống họ. Một khi họ đã tin tưởng vào hiệu quả của sự tham gia tiến trình và làm chủ nó, họ sẵn sàng trở thành người cùng tạo dựng nên đời sống họ.

Có thể những người trưởng thành về tâm linh ấy có được những hương vị biến đổi khi bám chặt vào một điều gì đó xảy ra cho họ. Nhưng giờ đây họ đã sẵn sàng để ném hòn đá qua cửa sổ của họ. Khi đạt tới điểm này họ có thể hành động táo bạo vì lợi ích của mình. Họ có thể làm cho họ hạnh phúc khi tin tưởng vào sức mạnh của mình. Họ có thể sắp xếp trí óc để bắt đầu cuộc hành trình dũng cảm dẫn đến biến đổi. Tin tưởng vào sức mạnh Chúa ban họ biết rằng họ luôn có đủ can đảm đối diện với mất mát, sự chuyển đổi hay loại trừ khi họ thất bại và vượt quá khả năng mình có thể. Ban đêm họ nhìn các ngôi sao thấy một thế giới trong đó thật là mênh mông, và một thế giới nội tâm mà người ta có thể khám phá.

Một vài người trong cộng đoàn của chúng tôi vẫn còn tin rằng con người có thể thay đổi qua việc thích nghi và cải cách, quả thật họ luôn luôn ghét việc chúng ta "mời một ai đó" đến đây tại nhà thờ Chính tòa. Họ muốn nghe nhiều hơn về sự buộc tội hành vi, về lề luật, về sự vâng lời quyền bính từ bục giảng này. Tôi chọn giảng dạy phương pháp "hoán cải qua việc mời gọi" của Đức Giê-su. Tôi tin rằng thế giới chỉ có thể thay đổi từ trong ra.

Trong những nhiệm vụ này, tôi đã tìm cách chia sẻ điều mà tôi đã khám phá với anh chị em – sức mạnh của sự biến đổi nhân cách và tâm linh. Tôi thích là một người hướng dẫn hơn là một quan tòa. Sự biến đổi không thể bị áp đặt trên những người không sẵn sàng thay đổi, nhưng nó có thể làm nên giá trị cho những người khao khát thay đổi. Tôi sẽ không chán nản nếu loạt bài nói chuyện này không thay đổi thế giới. Tôi phấn khởi vì một vài hạt giống đã nhú lên trong một số các bạn. Những dự báo tích cực đã đến. Tôi thừa nhận tôi không kiểm soát được kết quả. Kết quả này ở giữa bạn và Thiên Chúa! Công việc của tôi chỉ là gieo hạt.

# MỘT NỖI SAY MÊ LÀM MỤC VỤ

## *Một ơn gọi bên trong một ơn gọi*

"... Nó giống một ngọn lửa
nóng bỏng trong trái tim tôi ..."
Giêrêmia 20:9

Ý tưởng cho chương hiện tại này đến từ kinh nghiệm trở nên một Mục tử mới của tôi. Tôi đã làm Mục tử năm năm sau ngày phong chức, một điều rất hiếm trong năm 1975. Tôi được giao cho hai giáo hạt và sai đến hai giáo xứ truyền giáo của Công giáo La-mã trong một miền chưa có các giáo xứ công giáo nào.

Tôi đã được chuẩn bị để làm Mục tử phụ tá thành thị, nhưng không được chuẩn bị để làm Mục tử lần đầu, để sống một mình hay để khởi công một giáo xứ, đặc biệt trong những "miền truyền giáo." Tôi chưa hiểu rõ từ ngữ "Phúc âm hóa" có nghĩa là gì, và càng ít biết người Công giáo đã làm điều đó như thế nào. Tôi cũng không được chuẩn bị làm Mục tử ở một giáo xứ miền quê ổn định và ở một nhà thờ lớn ở trung tâm thành phố.

Với sự giúp đỡ, khích lệ và hướng dẫn ít ỏi và có giá trị đối với tôi, tôi đã quyết định tự học. Tôi đã quyết định sẽ tìm sự giúp đỡ tôi cần và tự học để có thể trở thành một Mục tử tốt nhất. Tôi đã quyết định phát triển một "nỗi say mê làm Mục tử" và xem điều đó đòi tôi điều gì. Vì sau này tôi đã hiểu từ các chuyên viên, học biết tự điều khiển là điểm then chốt của sự phát triển tài lãnh đạo.

115

Đức Giáo Hoàng Gioan-Phaolô II đã nhận định rằng mọi sự đào tạo bao gồm sự đào tạo Linh mục, sau cùng là tự đào tạo bản thân.

Tôi tin rằng bất cứ Linh mục nào có niềm say mê làm Mục tử, sẽ tìm kiếm mọi cơ hội để học hỏi những gì vị ấy cần để trở thành một Mục tử hiệu quả.

Trong ánh sáng này, tôi xin nói ít lời về "niềm say mê làm Mục tử" mà tôi đã nói đến, vì trở thành một Mục tử theo một nghĩa nào đó, là một ơn gọi bên trong một ơn gọi.

Các Linh mục trong giáo phận được kêu gọi từ giáo dân để sống ở giữa giáo dân, nhờ đó trao quyền cho giáo dân trong chức tư tế của họ khi họ nhận phép Rửa. Các Linh mục không phải là những Linh mục từng người một, nhưng họ phục vụ cho Giáo Hội như một đội, trong Linh mục đoàn, dưới sự lãnh đạo của Giám mục. Mọi Linh mục thực hiện tác vụ của Giám mục. Từ đoàn các Linh mục này, Giáo Hội kêu gọi một số Linh mục trở thành các Mục tử. Không giống như một Mục tử phụ tá giúp cho Mục tử thực hiện tác vụ của ông, Mục tử có một bổn phận đặc biệt bảo vệ công ích của cộng đoàn, cũng như tài sản của các thành viên cộng đoàn. Người Mục tử có trách nhiệm thống nhất đoàn chiên, không chỉ vì phúc lợi của con chiên cá biệt.

Như thế, một mục tử cần thay đổi từ quan điểm cá nhân đến một cách nhìn để ông có thể đánh giá cao không chỉ quan điểm của mình nhưng cả những quan điểm khác của cộng đoàn. Bộ Giáo Sỹ đã xác định rõ ràng Linh mục không thể phục vụ cho một ý thức hệ hay một phe phái của con người. Các Mục tử là những thừa tác viên đầu tiên của sự hiệp thông trong cộng đoàn, là điều rất cần trong một giáo xứ chia rẽ thậm tệ. Không giống như một chủng sinh hay một Mục tử phụ tá, một Mục tử không thích thú chạy theo một quan điểm nhưng cần giữ sự thống nhất của nhiều quan điểm hợp lệ.

Các Linh mục có bổn phận hàng đầu là rao giảng Tin Mừng, gắn bó với việc cử hành các Bí tích và hướng dẫn cộng đoàn. Nhưng vì là Mục tử, ngoài nhiệm vụ trông nom các tác vụ rao giảng và Bí tích của giáo xứ, các một Linh mục có thêm tác vụ lãnh đạo giáo xứ. Là Mục tử của nhà thờ Chính tòa chúng tôi, tôi đã sử dụng các công thức hoạt động đơn giản nhưng rất tốt. Tôi khuyến khích sự sáng tạo trong những ranh giới đã định. Đó là vai trò của người Mục tử đối với những ranh giới đã định cho sự sáng tạo vì e rằng những kẻ điên rồ sẽ xâm nhập vào nơi an dưỡng.

Ngày nay làm Mục tử đòi hỏi một thái độ giàu tưởng tượng để bao quát mọi việc, để nhìn xa và tiếp cận. Như tôi đã nói trước đây khi tôi trở thành một Mục tử trong giới Linh mục năm năm, tôi đã không được chuẩn bị, và vào thời điểm đó không có chương trình nào có giá trị để chuẩn bị cho tôi. Vào thời đó, Linh mục học trở thành Mục tử bởi việc quan sát suốt 15-20 năm với tư cách Mục tử phụ tá dưới quyền của một loạt các Mục tử dày dạn kinh nghiệm. Hoàn cảnh của tôi lúc trước sẽ thành quy phạm hôm nay. Các Linh mục trẻ trở thành các Mục tử của nhiều giáo xứ trong thời gian rất ngắn, không qua thời gian thực tập dài và không có những chương trình tại chỗ để huấn luyện và nâng đỡ họ.

Do thiếu một loạt các Mục tử bình thường có kinh nghiệm và những chương trình dạy trở thành Mục tử, tôi đã quyết định phải luôn khát khao trở thành một Mục tử tốt. Rồi tôi đã quyết định không chờ cho giáo phận trợ giúp hoặc tìm kiếm những người trong tòa án để trách móc. Tôi lên kế hoạch trong đầu phải tìm cách của riêng tôi. Khi vượt qua những trở ngại và sử dụng trí tưởng tượng, tôi dấn thân để trở thành người Mục tử tốt nhất.

Tôi cũng quay về các tín hữu Tin Lành để tìm sự giúp đỡ và hỗ trợ tài chính. Tôi lấy được bằng Tiến sĩ về Mục

Vụ với đề tài "đem lại sinh lực cho giáo xứ," và tôi được Giáo hội các Kỳ Mục tài trợ cho việc đó trên hai cơ sở: tôn giáo thiểu số và thu nhập thấp! Trở thành một Mục tử hôm nay thường phải có quyết tâm và tưởng tượng như thế.

Cả "các chương trình Mục tử mới" không đời nào có cơ hội trừ khi lôi cuốn được các Linh mục trẻ say mê việc Mục tử. Mọi đào tạo liên tục về loại này là trách nhiệm của cá nhân Linh mục. Nếu cần ông phải là người khởi động chính mình, cứu trợ chính mình. Ông phải nghĩ ra mọi quyết định, mọi tưởng tượng và sáng tạo mà ông có thể tập hợp. Ông phải khao khát với cả tâm hồn để trở thành một Mục tử tốt lành, một Mục tử hiệu quả. "Nơi nào có lòng muốn, nơi đó có cách."

Làm một Mục tử đòi hỏi những kỹ năng đặc biệt. Khổ nỗi những kỹ năng này không được thiên phú khi được phong chức. Chúng được thủ đắc qua ý định tự do, sự tập trung, học tập, suy tư và thực hành.

Một "niềm say mê làm mục vụ" sau cùng là một ơn thiêng liêng có thể được cầu xin, đón nhận và vun trồng qua việc cầu nguyện. Thiên Chúa không bao giờ kêu gọi dân Người làm linh hướng mà không cho họ khả năng khả năng hoàn thành công việc. Giống như Salomon đã cầu nguyện cho mọi cái ông cần để trở thành một ông vua tốt, những người được Thiên Chúa kêu gọi trở thành Mục tử sẽ có được điều họ cầu xin. Giống như Gideon cầu nguyện để biết phải làm thế nào những việc Thiên Chúa yêu cầu, chúng ta cũng được dạy rằng Thiên Chúa sẽ ở cùng chúng ta nếu chúng ta tìm kiếm, gõ cửa và cầu xin những điều chúng ta cần để trở thành một Mục tử tốt. Qua việc cầu nguyện những điều ấy sẽ được ban cho chúng ta, vượt qua những lầm lẫn, sai sót của chúng ta. Là những Mục tử, nếu được dân Chúa cầu nguyện cho chúng ta cũng là những gợi ý tốt. Việc linh hướng của một Mục tử lệ thuộc vào điều đó.

Có hai từ ngữ trong tiếng Hy Lạp để chỉ sự tốt lành: *agathos* và *kalos*. Trong văn bản Tin Mừng về người "Mục tử tốt lành," *agathos*, có nghĩa "tốt về đạo đức," không được dùng ở đây. "*Kalos*" có nghĩa là "giỏi về" được dùng đến ở đây. Đức Giêsu người Mục Tử Tốt Lành không chỉ tốt về đạo đức, Người đặc biệt giỏi về việc chăn bầy. Là một người đại diện cho ngôi vị Đức Ki-tô, bạn cũng được kêu gọi không chỉ trở nên tốt lành, nhưng cũng trở nên tốt lành trong việc Mục tử.

Mặt khác, một Mục tử hành động trong ngôi vị Đức Ki-tô chắc chắn được kêu gọi trở nên thánh thiện. Cha Howard Bleichner nhấn mạnh điểm này: "Khác nhau biết bao của một người thánh thiện nhờ sự hiện diện của Thiên Chúa làm cho tinh tuyền! Có một bình chứa Bí tích nào phù hợp, một minh chứng hiện diện nào về Thiên Chúa hơn một nhân cách tràn trề tình yêu Thiên Chúa? Có điều gì thu hút và thuyết phục hơn về sự hiện diện của Giáo Hội bằng một con người đơn độc mà đời sống thánh thiện tìm được nơi cư ngụ trong người ấy?"[65]

Tuy nhiên sự tốt lành và thánh thiện cá nhân không đủ. Một Mục tử cũng được kêu gọi "tốt lành về việc chăn bầy." Ông cần phải tốt lành về việc rao giảng Lời, "tốt lành về" việc cử hành các Bí tích và "tốt lành về" việc lãnh đạo cộng đoàn. Vaticanô II đã khuyên các Giám mục rằng: "Để phán đoán một Linh mục có thích hợp để điều khiển một giáo xứ nào đó, Giám mục phải xem xét không chỉ sự hiểu biết về học thuyết của Linh mục mà cả lòng đạo, nhiệt tình tông đồ, những ơn và những phẩm chất cần thiết khác để thực thi phù hợp việc chăm sóc các linh hồn."[66]

Những kỹ năng của một Mục tử bao gồm các kỹ năng truyền thông và quản trị. Các Mục tử cần có sự khôn ngoan thực hành để áp dụng các quy phạm chung vào những hoàn cảnh cụ thể. Họ cần có mặt và hiện diện đáp ứng cho giáo dân của họ. "Tôi chính là Mục Tử Nhân Lành. Tôi biết chiên của tôi và chiên của tôi biết tôi" (Ga 10:14). Các Mục tử cần phải có cảm thức về tính toàn thể. Họ cần có sự tinh tuyền tâm linh hay một linh đạo rõ ràng có thể giúp họ trở thành những nhân chứng rõ ràng của các mầu nhiệm thánh mà họ công bố và cử hành.

Một Mục tử cũng hướng dẫn, quản lý, cai quản giáo xứ như một hệ thống, một cộng đoàn. Các Giám Mục Hoa Kỳ giải thích chi tiết các kỹ năng ấy trong cuốn *Kế Hoạch Cơ Bản để Đào Tạo Tiếp Tục các Linh Mục*. "Một nhu cầu cấp bách cho người Mục tử mới là phải có được sự biết-làm để hiện diện và hoạt động như một Mục tử. Thông thường điều này liên quan đến rất nhiều vấn đề đặc thù ví dụ như chức năng hay mục vụ kinh doanh. Các Mục tử cần học những điều cơ bản về quản lý tài chính, quản lý nhân sự cơ bản, giải quyết xung đột, tổ chức các cuộc họp, tổ chức cộng đoàn và truyền thông và quản lý các tình nguyện viên. Các mục tử cần làm quen với những yêu sách của giáo luật, những quy định của giáo phận và bất cứ điều khoản luật pháp nào có liên quan đến đời sống của giáo xứ, như luật lao động. Sau cùng những Mục tử mới cần khám phá những cách hiểu biết cộng đoàn trong đó họ phục vụ: dân số, văn hóa, kinh tế, và các thực tại chính trị."[67]

Vì thế người Mục tử hôm nay, không chỉ cần có sự thánh thiện của bản thân, nhưng ông cũng cần có một số kỹ năng chính xác nếu ông muốn trở nên hiệu quả. Ông phải "tốt lành" và "tốt lành về" mục vụ.

Khi được bổ nhiệm làm Mục tử, không phải ông sắp có một công việc mới hoặc có được một danh hiệu, một phẩm giá lôi cuốn, đó là sự bắt đầu của một cuộc phiêu lưu tinh thần to lớn trong đó người ta không chỉ học làm Mục tử mà còn học tập, tập trung tinh thần thế nào cho đủ. Bổ nhiệm một Linh mục làm Mục tử là thúc đẩy ông ấy đi vào sự phát triển và trưởng thành mới. Thời gian đi vào việc Mục tử là thời gian làm chín muồi sự đào tạo liên tục người Linh mục trong mọi chiều kích của nó. Bổ nhiệm làm mục vụ là gia tăng thách đố và thống nhất con người cũng như công việc của người Linh mục. Những lời thánh Phao-lô nhắn nhủ các Linh mục ở Ê-phê-sô là một phác họa đơn giản nhiệm vụ làm Mục tử: "Anh em hãy ân cần lo cho chính mình và toàn thể đoàn chiên mà Thánh Thần đã đặt anh em làm người chăm sóc…" (Cv 20:28)

Cha Bleichner nêu lên một điểm quan trọng khác trong cuốn sách của ông. Ông nói rằng vì thời gian rút ngắn giữa việc phong chức và mục vụ đầu tiên, việc huấn luyện các kỹ năng để trở thành một Mục tử là phải bắt đầu trong chủng viện. Các chủng viện phải cố gắng huấn luyện không chỉ các Linh mục, nhưng cả các Mục tử và hầu như ngay từ lúc bắt đầu.[68]

Điều này có nghĩa là có một sự liên kết vững chắc và sống động giữa sự đào tạo ban đầu trong chủng viện với sự đào tạo tiếp tục sau chủng viện. Những gì được học trong chủng viện chưa đủ để các bạn trẻ trở thành Mục tử, cũng như trường y khi chuẩn bị cho các sinh viên trở thành các bác sỹ làm nghề giải phẫu trong tương lai. Vì thiếu những chương trình mạch lạc và ổn định như thế, các cá nhân sẽ trở thành Mục tử (ít nhất trong tương lai gần) cần đảm nhận trách nhiệm tự đào tạo mình về mục vụ và cam kết thực hiện với tất cả niềm say mê mà người ấy có thể tập trung.

Tước hiệu "Mục tử" tự nó không làm một Linh mục trở nên người lãnh đạo. Những người lãnh đạo được chỉ định có tước hiệu và phẩm phục của một người lãnh đạo, nhưng không nhất thiết có sự lôi cuốn và kỹ năng của người lãnh đạo thật. Khi sự lôi cuốn và kỹ năng này thiếu sót, những người lãnh đạo được chỉ định không thật sự là những người lãnh đạo dù sau cùng cũng có được sự hấp dẫn cảm động đối với địa vị của họ. Các con chiên nhận biết tiếng nói của người nào tốt lành trong việc chăn bầy. Người lãnh đạo thật mang lại một cái gì đó bên cạnh địa vị của họ. Họ không cần dựa vào các tước hiệu và phẩm phục. Trường hợp tốt nhất là khi người lãnh đạo được chỉ định cũng là người lãnh đạo thật sự. Đoàn dân thừa nhận họ là những người lãnh đạo với khả năng rõ ràng hướng dẫn đoàn chiên ngày càng phát triển sống theo kỷ luật.

Điều gì là cốt lõi trong việc mục vụ tốt lành? Phải chăng đó là quản lý tốt? Chắc chắn là không! Rõ ràng và gấp rút, nhiều người muốn các Linh mục kéo họ ra khỏi chính họ, ra khỏi ngôi nhà của họ, những cãi nhau ầm ĩ và những bận tâm trong Giáo Hội. Họ muốn có bản chất và niềm hy vọng. Họ muốn có Đức Giê-su Ki-tô và sự cứu độ trong một thế giới được đánh dấu bởi tội lỗi, chia rẽ, bạo lực và cái chết. Họ nài xin các Linh mục: "Hãy chỉ Đức Giêsu cho chúng tôi. Cho chúng tôi bánh. Chạm vào chúng tôi để chữa lành. Hãy tha thứ và đổi mới chúng tôi." Họ muốn các Linh mục trở thành những người linh hướng với một trái tim của Thiên Chúa cho nhiều người. Khả năng đáp ứng của chúng ta phần lớn sẽ tùy thuộc vào sự chuẩn bị của chúng ta để phục vụ theo cách này và sự đào tạo tiếp theo cũng phải được chuẩn bị để phục vụ theo cách này.

Mục tử có khả năng thành công nhất trong việc linh hướng là người hướng dẫn không chỉ với việc chỉ đường, nhưng với việc chính mình đã bước đi. Dân Thiên Chúa muốn đi theo một "tử đạo," một "chứng nhân," một người đã "bước đi như lời mình nói."

Các Mục tử là những người linh hướng không hề là những cảnh sát tôn giáo. Khi một Mục tử yêu cầu người khác vâng lời, ông là một bạo chúa. Nhưng khi bởi tế nhị và thiện cảm, lòng trắc ẩn và sự cầu nguyện, cảm hứng và sự khôn ngoan, một Mục tử có thể ảnh hưởng và soi sáng người khác thay đổi đường đi và theo con đường tâm linh, ông là một linh hướng.

Các Mục tử là những người linh hướng rèn luyện chính mình, khám phá và sửa chữa những yếu đuối của họ cũng như khám phá và vun trồng những sức mạnh của họ. Tóm lại, những người linh hướng luôn luôn cố gắng gia tăng khả năng của họ để ảnh hưởng lên những người khác.

Các Mục tử làm linh hướng không thể tự mình tạo ra những sự thay đổi tâm linh; chỉ có Chúa Thánh Thần mới có thể làm điều đó. Sự thay đổi không thể dạy được, nhưng được làm gương và khích lệ. Các Mục tử làm người linh hướng có thể và phải cố gắng sống xứng đáng và xử sự hiệu quả vì Chúa Thánh Thần. Họ là những chất xúc tác trong hóa học của đời sống tâm linh.

Các Mục tử làm linh hướng không trách mắng những môn đệ khi họ không làm điều họ phải làm. Thay vào đó các Mục tử cố gắng cải thiện khả năng ảnh hưởng. Họ làm sắc bén các kỹ năng và luôn nỗ lực. Nhiều Mục tử nghèo nàn việc mục vụ đã rời bỏ giáo xứ của họ và trách móc giáo dân vì những thất bại của chính họ.

Các Mục tử làm linh hướng không chỉ ảnh hưởng đến giáo dân trong giáo xứ mà đến mọi người. Các Mục tử làm linh hướng trong giáo xứ, nhưng cả trong cộng đồng dân sự theo nghĩa rộng.

Các Mục tử làm linh hướng bày tỏ lòng trắc ẩn và yêu thương, không bao giờ giận dữ và thất vọng. Một dấu chỉ chắc chắn của thất bại trong việc linh đạo của một Mục tử là khi ông nhìn lại phía sau và thấy không một ai theo mình.

Các Mục tử làm linh hướng tin tưởng nhiều vào giá trị nội tại của việc mình làm bất chấp kết quả. Như Mẹ Tê-rê-xa đã nói: "Chúng ta được kêu gọi để trung thành không phải vì kết quả."

Các Mục tử làm linh hướng có sự liêm chính và trong sáng vì biết rằng không thể hoàn thành một mục tiêu cao quý bởi những phương tiện xấu xa. Các Mục tử làm linh hướng có đời sống riêng tư nhưng không có đời sống bí mật. Đời sống bí mật làm tiêu tan năng lượng dành cho các nhiệm vụ phải làm. Vì nghi thức phong chức phó tế đã trao cho, họ phải là những sứ giả của Tin Mừng: " Tin tưởng những gì họ đọc, dạy dỗ những gì họ tin tưởng và thực hành những gì họ dạy." Họ không thể cùng lúc làm tôi hai chủ.

Các Mục tử làm linh hướng không biến đổi thủ thành ma quỷ. Họ khôn ngoan xem xét những quan điểm khác vì thường có chân lý cốt lõi cả trong những gì kẻ thù họ khẳng định. Điều mà họ khẳng định thường là điểm mù của người Mục tử. Thái độ cởi mở này là chỗ sự phát triển xảy ra.

Các Mục tử làm linh hướng-hướng dẫn vì người khác chứ không vì họ được thỏa mãn hay có lợi. Khi giáo lý của Giáo Hội Công Giáo (số 1535)[69] nói rằng nếu chức Linh mục làm cho các Linh mục nên thánh chính là để phục vụ người khác. Các Mục tử làm linh hướng biết rằng chính khi *cho* mà họ *nhận*. Các Mục tử làm linh hướng biết rằng họ được giúp đỡ khi họ giúp đỡ. Một linh hướng cao cả luôn biết rằng họ đã nhận được nhiều hơn họ đã cho.

Các Mục tử làm linh hướng không bảo vệ mình khỏi những đau khổ của thế giới. Họ biết rằng "lòng thương xót" có nghĩa là "đau khổ với." Linh mục làm Mục tử được gọi từ giáo dân, sống giữa giáo dân, như thế củng cố quyền của giáo dân. Khi họ cảm nhận nỗi đau khổ của những

124

người họ phục vụ, họ càng có khả năng trở nên những phương tiện làm biến đổi tốt hơn.

Các Mục tử làm linh hướng trông cậy vào đức tin thâm sâu và lời hứa vinh quang vượt trên tội lỗi và bóng tối. Họ biết rằng dù sao vương quốc sẽ đến và nó lớn lên giống như hạt cải hay men trong bột bất chấp khả năng hay sự bất lực của nó.

Tóm lại, các Mục tử làm linh hướng nâng cao, gợi cảm hứng và kêu gọi: nâng cao tầm nhìn đối với Thiên Chúa, gợi cảm hứng cho nhiều người trở thành những môn đệ tốt hơn và kêu gọi nhiều người trở thành tất cả những gì mà Thiên Chúa kêu gọi họ trở thành.

# SỰ TIẾP NHẬN ÂN CẦN
# VÀO GIÁO XỨ

*"Chớ lại gần! Cởi dép ở chân ra, vì nơi*
*người đang đứng là đất thánh."*
Xuất Hành 3:5

Không phải mọi Linh mục đều biết tiếp nhận một giáo xứ như thế nào cho tốt đẹp. "Kẻ điên nhào vô nơi mà các thiên thần sợ bị áp chế"[70] Một số Linh mục mới được phong chức, cũng như một số Mục tử mới trong nhiệt tình ban đầu của họ và trong sự hăm hở áp dụng những gì họ đã học, tiếp nhận các giáo xứ một cách hăng hái như những con bò mộng trong các cửa hiệu của người Trung Quốc! Tôi còn có thể nhớ đã bối rối khi tôi được ám chỉ như "tầm thường" trong một tờ báo của giáo phận khi tôi sắp được phong chức. "Tầm thường" đây có nghĩa là "thiếu sự kiềm chế và thiếu sự phân định đến nỗi trở thành ngạo mạn." Đó là nét đặc trưng cố hữu và thường thấy nơi những Linh mục mới được phong chức và những mục tử thiếu kinh nghiệm.

Trong sứ vụ hăng hái muốn xác định điều gì là sai, một vài Mục tử đã sử dụng cái rìu nhỏ để đuổi những con ruồi ra khỏi trán của nhiều người. Giống như những người "nhổ cỏ lùng" đầy thiện chí trong dụ ngôn cỏ lùng ở giữa lúa mì, họ nghĩ họ có thể nhận biết cỏ lùng với lúa mì và muốn cho được việc, chỉ vì thấy rằng cứ để lẫn lộn sẽ quá trễ. Đôi khi sự liều lĩnh vênh váo của họ gần như là lố bịch, nhưng một đôi khi họ gây ra những tai hại không thể sửa chữa được cho nhiều người, làm mất đi những năm đầy thiện chí mà lẽ ra thiện chí này có thể làm cho công việc họ có hiệu quả sớm hơn, thay vì trễ nãi. Nhiều Linh mục, mới đến các giáo xứ đã bị sốc, họ ngạc nhiên và thất vọng khi khám phá rằng cổ áo dòng của họ không đủ để chống đỡ những tháng ngày khi các giáo dân trong xứ không đồng thuận và có những ý tưởng khác.

Quy tắc đầu tiên khi đến một giáo xứ là: Đó là giáo xứ *của họ*, không phải là giáo xứ *của bạn*. Vì đó là mảnh đất Thánh, một Linh mục phải cởi dép ở chân mình ra. Ông phải dừng lại, nhìn và lắng nghe. Trước khi ông bắt đầu phán đoán, công thức hóa và cố gắng bố trí, ổn định, ông cần phải để họ nói với ông họ là ai, họ từ đâu đến, họ cảm thấy thế nào về chính mình và điều gì sẽ đến trong đời họ. Điều này cần được thực hiện mà không phán đoán, chỉ lắng nghe và ghi nhớ. Nếu làm xong việc này, tin tưởng mới được xây dựng và *rồi* chỉ khi đó, chính họ sẽ bắt đầu lắng nghe.

Người ta chỉ thật sự lắng nghe khi họ có thể đồng nhất hóa cách nào đó với người mình đang nói chuyện. Nếu không, sẽ không có sự hiệp thông thật sự. Sự đồng nhất hóa này hoàn toàn cần thiết để tín thác và tín nhiệm nhau. Nếu người ta không thể đồng nhất hóa với một Linh mục, họ không thể tín nhiệm hay tín thác, dù Linh mục nghĩ mình có nhiều điều mang đến cho họ.

Những người ấy là ai? Một cha xứ đứng trong sự hiện diện của nhiều người thuộc mọi trình độ đức tin có thể hiểu được. Ông cử hành với những người đã cống hiến đời họ để phục vụ các đôi hôn phối, các trẻ em, những láng giềng và bạn bè trong cùng một giáo xứ. Ông gặp những người đã già đi theo năm tháng, đã có kinh nghiệm yêu thương và những người có đầy sự lạ lùng, sự lôi cuốn của tình yêu trẻ trung, tươi tắn. Ông đối diện những người giàu và những người nghèo, người may mắn và người vô dụng. Người có thế giá và người bị loại bỏ nhìn vào ông. Đứng trước ông có những người đã được Giáo Hội nuôi dưỡng, cả những người bị Giáo Hội làm tổn thương. Nhưng phần lớn ông gặp những người đã trải qua những sự bất trắc của đời sống, bệnh hoạn, đau khổ, chết chóc, chia ly, mất mát, bị bỏ rơi, cô độc và tha hóa. Và nếu ông thật sự khôn ngoan, không chỉ minh mẫn, ông sẽ biết rằng ông không thể nhìn thấu suốt tâm can và sẽ không đánh giá nhiều người bởi những vẻ bên ngoài, để đi đến những sự phán xét về những điều mà ông biết rất ít.

Sau 37 năm làm Linh mục, chúng tôi bắt đầu nhận biết điều gì hoạt động tốt và điều nào không. Không theo một thứ tự nào đó, tôi xin liệt kê ngắn gọn những thái độ mà Linh mục phải đưa vào tác vụ một ngày nào đó.

## MUỐN ĐIỀU BẠN CÓ ĐƯỢC

Hiếm khi các Linh mục có được đúng điều họ muốn khi nhận bài sai. Tuy nhiên, điều quan trọng đối với họ là phải học ưa thích điều họ nhận được. Dù một cộng đoàn giáo xứ đặc thù nào được chỉ định cho một Linh mục, với lòng trông cậy ông phải quyết định sẵn lòng chọn cộng đoàn giáo xứ ấy như một cộng đoàn của ông. Trong mọi giáo xứ, đặc biệt những giáo xứ miền quê và có sự tranh đấu, Linh mục cần thường xuyên cho giáo dân biết rằng ông hạnh phúc, may mắn và vinh dự được là Linh mục của họ.

Một trong những thực hành hữu hiệu là chào đón các giáo dân trong giáo xứ ở cửa nhà thờ mỗi ngày Chúa nhật và tiễn họ ra về sau Thánh lễ, trong thời tiết tốt hay xấu, và ở bất cứ nơi nào tôi được bổ nhiệm. Điều này là thực hành mục vụ duy nhất rất có hiệu quả.

Một thực hành khác trở thành một chính sách nhân sự là đều đặn khẳng định các giáo dân trong xứ trong các bài giảng của tôi. Một Linh mục không thể làm điều đó cho đến khi có ý muốn nghiêm túc. Nếu không, một thay đổi tình cảm phải ở trong trật tự. Nhiều người biết trong bụng mình họ có được ưa thích hay không. Nếu họ biết một Linh mục thích họ, họ sẽ nghe tiếng ông nói và đi theo ông. Nếu không, những lời của ông như nước chảy lá khoai.

## HÃY CHÚ Ý ĐẾN NHỮNG CÁ NHÂN

Một trong những điều đầu tiên mà các Mục tử và người phụ tá bận rộn, quá ôm đồm phải đi qua là sự tiếp xúc cá nhân, sự quan tâm một đối một mà nhiều người cần và sẽ đáp trả một cách tích cực tương tự. Trong một giáo xứ rất nhỏ, người ta tương đối dễ dàng biết những gì đã xảy ra trong các giáo dân. Trong một giáo xứ to lớn, điều đó không thể thực hiện.

Một trong những ý tưởng có hiệu quả nhất để tôi tiến hành việc tiếp xúc cá nhân trong một giáo xứ lớn là tôi đã tuyển chọn một tình nguyện viên trợ giúp tôi trong việc tiếp xúc ấy với các cá nhân. Công việc của tình nguyện viên là đọc lướt qua báo chí, biên bản của các ủy ban, thư thông tin trong trường và bất kỳ những nguồn thông tin nào khác về các giáo dân trong giáo xứ. Công việc của các tình nguyện viên là phác thảo các tấm thiếp, những bức thư cám ơn, bày tỏ thiện cảm hoặc chúc mừng để tôi ký tên, là tai mắt của tôi, họ giúp tôi chú ý đến những người mà tôi được sai đến để phục vụ. Phục vụ càng hiệu quả khi sự tiếp xúc càng thần diệu.

Các Linh mục nổi tiếng là không gọi điện thoại lại, theo đuổi hoài những yêu cầu và bày tỏ lòng biết ơn khi có quà tặng. Nên việc cần thiết là tuyển chọn một sự trợ giúp nào đó để thực hiện điều đó, đừng biện minh khi không làm như thế.

130

# HÃY NÓI SỰ THẬT VỚI LÒNG YÊU THƯƠNG

Điều mà các giáo xứ hôm nay rất cần là các Linh mục phải là những người xây cầu, những người kiến tạo hòa bình, những người hòa giải và làm trung gian cho sự hiệp nhất. Các Linh mục cần có khả năng và tinh thần xây dựng để xử lý sự khác biệt, đa nguyên, phức tạp, mơ hồ, chia rẽ và phân cực. Những người thực thi việc lãnh đạo trong Giáo Hội được kêu gọi trở thành những thừa tác viên của sự hiệp thông chữa lành. Đặc biệt ngày nay Giáo Hội cần có những Linh mục nói những lời chữa lành hơn là làm tổn thương, biết bày tỏ với sự nhạy cảm đối với nhân phẩm và giá trị của mỗi người. Như một Linh mục đã nói, phép lịch sự không chỉ là một đức hạnh của công dân. Giáo Hội ngày nay rất cần phép lịch sự và không đâu cấp thiết bằng phép lịch sự ở giữa các Linh mục.

Cho dù một chính sách động viên và khẳng định phải là một ưu tiên đối với các cha xứ, có những lúc khi một thử thách đòi buộc vị Mục tử phải giải quyết, đặc biệt khi công ích bị một thiểu số đe dọa. Dù những thử thách như thế không dễ dàng cũng không phổ biến, chúng thật sự là việc dễ thương phải làm. Bí quyết để nói mà không giận dữ, không phán đoán sai lầm hoặc buộc tội lại sai lầm. Một Mục tử nhân lành nói chân lý với lòng yêu thương.

Về phần người Linh mục, phong cách lãnh đạo là để phục vụ. Ông phải trở thành một tôi tớ của Dân Thiên Chúa, có trách nhiệm giữ vững họ trong những gì họ đã là và có thể là. Ông phục vụ họ trong việc phát huy sự lãnh đạo và liên kết các tác vụ. "Trách nhiệm giữ vững họ" phải được thực hiện với lòng yêu thương và nhẫn nại, không bao giờ tỏ ra tức giận hay bần tiện.

# HÃY ĐỂ GIÁO DÂN TRONG GIÁO XỨ TRỞ THÀNH THẦY DẠY

Đôi khi các Linh mục thường cho rằng chỉ mình họ mới có cái để dạy hay để ban cho. Vì là người "điều phối chính các đặc sủng" trong giáo xứ, một Linh mục phải thừa nhận và khẳng định nhiều ân sủng khác nhau trong cộng đoàn. Linh mục cần cởi mở để mình vừa là học viên vừa là thầy dạy. Các Linh mục không chỉ là những người trong giáo xứ có các ơn lành để ban phát.

Những người sẽ nắm giữ sứ mạng truyền giáo của giáo xứ khi tài năng, ân sủng và sự thành thạo của họ được Linh mục mời gọi và sử dụng. Khi làm điều đó, Linh mục phải hiểu rằng vai trò của ông là thêm sức cho người khác, là phục vụ thay vì được phục vụ. Chức Linh mục của các Giám mục và các Linh mục, cũng như tác vụ của các Phó tế, là "vì" giáo dân, chính vì thế, chức vụ ấy có đặc tính của một tác vụ, nói cách khác, đặc tính của một dịch vụ.

## HÃY TÔN TRỌNG LỊCH SỬ CỦA HỌ

Mỗi Linh mục là một linh hồn của một ai đó, cho dù một Linh mục hay những người khác cảm thấy Mục tử tiền nhiệm hay những phụ tá của ông này đã gây ra những tai hại nào thì Linh mục cần nói về các vị tiền nhiệm và về những việc họ làm với lòng tôn trọng để cho người ta biết rằng ông đến để xây dựng trên những việc làm tốt của những người khác, chứ không phải để trở thành "người cứu độ" họ. Ông nên để họ đi đến kết luận đó, nếu họ có thể, *sau khi* ông cho họ nghỉ.

# KẾT LUẬN

Theo kinh nghiệm của tôi, một Linh mục bước vào một giáo xứ chan chứa yêu thương, vinh dự và lòng tôn trọng đối với những người mà ông phục vụ, đáp lại họ sẽ yêu mến, vinh dự và tôn trọng ông. "Anh em đong bằng đấu nào thì anh em sẽ được đong lại bằng đấu ấy" (Luca 6:38). Nếu một Lnh mục yêu thương, tôn vinh và kính trọng họ và lịch sử của họ, họ sẽ đáp lại cũng bằng sự yêu thương, tôn vinh và kính trọng. Thật vậy họ sẽ đong lại "đủ số lượng đã dằn, đã lắc đầy tràn và đổ vào vạt áo anh em" (Lc 6:38).

Những người Công giáo vẫn muốn yêu mến và tôn trọng các Linh mục của họ, nhưng ngày nay chính bản thân Linh mục đánh mất ơn sủng của mình.

# SỰ RA ĐI ÂN CẦN TỪ GIÁO XỨ

*"Nghệ thuật bắt đầu thì vĩ đại nhưng nghệ thuật kết thúc thì vĩ đại hơn."*

Henry Wadsworth Longfellow

Một thất bại chung của các linh hướng là không nhận biết khi nào phải ra đi. Tốt hơn nên ra đi khi giáo dân còn mong muốn thay vì khi họ đã chán ghét. Rời xa họ khi họ còn ở trong hàng ngũ tốt hơn khi họ đã trở nên hỗn loạn. Trong nhiều giáo phận có hạn chế thời hạn cho cả Mục tử và các người phụ tá. Chính sách này được chấp nhận vì trong quá khứ đặc biệt có Mục tử sống cả đời trong một giáo xứ. Thường thì điều đó tốt cho Linh mục nhưng lại xấu cho giáo dân. Tuy nhiên thời hạn quy định không loại bỏ những cái cớ rất khéo để cố bám víu. Một số linh mục cố đưa ra những hoàn cảnh để kéo dài việc họ ở lại, trong lúc những Linh mục khác phải đợi can thiệp mới chịu đi. Cả hai đều là những triệu chứng của các Linh mục không có khả năng để ra đi.

Các linh hướng cần phải có sự liêm chính cao cả và sự sáng suốt tinh thần để nhận biết họ đã có sự đóng góp xứng đáng nhất khi nào và ân cần trao trách nhiệm lại cho người khác. Đôi khi nghị lực để họ ra đi đến từ việc giáo xứ gởi tới một thông điệp rõ ràng. Sự kiện sẽ nói thay cho giáo dân. Thật cảm động khi nhìn những Linh mục đã làm những việc lớn trong các năm đã qua đã ngoan cố từ chối việc ra đi, sau một thời gian dài các Linh mục ấy không còn hiệu quả nữa, và sau cùng làm hỏng nhiều công việc của họ. Có cả một nghệ thuật tinh thần để biết khi nào thời gian của mình đã hết.

Một thất bại chung khác của các linh hướng là họ bỏ ít thời gian hay nỗ lực để chuẩn bị các cộng đoàn của họ trước việc họ phải ra đi.

Người ta không sợ thay đổi – họ sợ mất. Không gì có thể làm đảo lộn các Linh mục và các giáo dân trong giáo xứ bằng sự lãnh đạo mục vụ bất ngờ thay đổi. Sự chống đối thay đổi này đến từ nỗi sợ hãi một sự việc mà họ không biết hoặc một mất mát ngoài sự mong đợi. Không có sự quan tâm đầy đủ vào những cảm xúc sợ mất mát ấy, đặc biệt trong những cộng đoàn Công giáo vốn rất ít nói về người nào đến, người nào đi và họ ở lại bao lâu. Mức độ chống đối của cá nhân được xác định bởi việc người ta xác định thay đổi này là tốt hay xấu hoặc thay đổi này tác động như thế nào lên kỳ vọng mãnh liệt mà họ ấp ủ.

Kiềm chế sự thay đổi không tránh được có nghĩa là kiềm chế nỗi sợ hãi. Đây là tác vụ quan trọng sau cùng mà các Linh mục có thể thực hiện cho giáo dân của mình. Một Linh mục "làm tốt việc mục vụ" nói chuyện về nỗi sợ hãi và sự chống đối của cộng đoàn của ông khi đến lúc một Mục tử phải ra đi, không phải là nỗi sợ và sự chống đối của ông. Với sự thận trọng và với đức tin, ông có thể nói với họ qua điều đó."

Dưới đây tôi gộp lại một loạt các bài giảng mà tôi đã nói khi tôi chuyển khỏi Nhà thờ Chính tòa Mông Triệu ở Louisville, Kentucky, sau mười bốn năm phục vụ. Giáo xứ đã trưởng thành từ 110 nhân khẩu lên đến hơn 2.300 nhân khẩu. Chúng tôi vừa hoàn tất việc trùng tu trị giá 22 triệu đô-la. Người ta bảo tôi có thể ở lại bao lâu tùy ý. Trong thẳm sâu của lòng tôi, tôi biết rằng tôi đã mang lại cho giáo xứ tất cả những gì tôi có thể, vì thế tôi mang lại công việc nặng nhọc. Thực tế tôi đòi buộc mình phải từ bỏ.

Sự chia tay này gây đau buồn cho họ và cho tôi, nên tôi quyết định nói với họ và với chính tôi qua điều đó khi so sánh sự di chuyển ấy với những sự di chuyển của Giáo Hội sơ khai sau cái chết và sự sống lại của Đức Giê-su. Đó là một loạt bài giảng về tầm quan trọng của việc chấp nhận một thay đổi cần thiết. Tiếp nối loạt bài này sau đó ít tuần là bài giảng sau cùng để "chia tay."

# THÁCH THỨC CỦA SỰ THAY ĐỔI

## Phần I: Nhìn lui, Nhìn tới

*Thiên Chúa đã thực hiện những gì ...*
*Người đã báo trước.*
Công Vụ Tông Đồ: 3:18

Mỗi khi tôi báo trước tôi sẽ rời khỏi nhà thờ Chính tòa tháng sáu này, tôi đã muốn nhảy vào tường vì xúc động. Một phần trong tôi muốn bám riết vào cái cũ và thân quen. Phần khác trong tôi lo lắng phải chấp nhận điều không biết và chưa thành. Trong phút này trí óc tôi quay về một lúc nào đó của mười bốn năm qua, rồi phút sau trí óc tôi lại mơ màng nghĩ đến những ý tưởng về công việc mới. Một ngày tôi suy nghĩ về mọi việc mà tôi đã bỏ lỡ; ngày hôm sau tôi suy nghĩ về những cơ hội mới mà tôi sắp gặp. Một phần trong tôi muốn giữ chặt. Một phần trong tôi muốn ra đi. Tôi sợ ra đi. Tôi sợ bị tương lai vồ lấy.

Đây đã là ngôi nhà của tôi, và anh chị em là gia đình của tôi trong mười bốn năm qua. Rời bỏ anh chị em và nơi ở đẹp đẽ này và bắt đầu lại ở tuổi 53 gây cho tôi một chấn thương nhỏ. Với một chân trong thế giới này và một chân trong thế giới khác, tôi thấy mình nhìn lui và nhìn tới. Dù tôi biết đây là điều tốt lâu dài, tôi cảm thấy như thể tôi bị kéo lên tận rễ. Dù tôi đã có mấy tuần lễ để làm quen với ý tưởng này, tôi biết điều xấu nhất vẫn chưa đến. Tôi biết rằng khi việc này hoàn tất và lời chia tay đã nói xong, có lẽ tôi sẽ đóng cửa phòng tôi và khóc lớn!

Vì chúng ta cùng đi qua điều đó, tôi nghĩ tôi phải tranh thủ sự kiện này để giảng vào mọi Thánh lễ cuối tuần cho tháng tới để suy nghĩ về thách thức của sự thay đổi. Loạt bài giảng bốn tuần này sẽ cố gắng lượm lặt một khôn ngoan nào đó về sự thay đổi từ các bài đọc Kinh Thánh sau Phục Sinh của chúng ta. Những bài đọc này nói với chúng ta về những thay đổi to lớn và nhiều đau khổ mà Giáo Hội sơ khai đã đi qua khi nó trưởng thành và phát triển sau khi Chúa Sống Lại. Tôi tin rằng những thay đổi ấy dạy chúng ta nhiều điều khi chúng ta phải đi qua sự thay đổi.

Một trong những việc nổi bật lên trong các bài đọc hôm nay là sự kiện các môn đệ đã ở giữa hai thế giới: một thế giới với Đức Giê-su và một thế giới không có Ngài. Trong bốn mươi ngày, Đức Giê-su xuất hiện một phút rồi phút sau Ngài biến mất. Họ nhìn lui và nhìn tới. Họ nói về quá khứ và nói về tương lai. Phê-rô nói với cử tọa của ông: "Thiên Chúa của các tổ phụ Áp-ra-ham, I-xa-ác và Gia-cóp, Thiên Chúa của cha ông chúng ta đã tôn vinh Tôi Trung của Người là Đức Giê-su … Như vậy Thiên Chúa đã thực hiện những điều Người dùng miệng tất cả các ngôn sứ mà báo trước…" (Công vụ 3:11-21). Đức Giê-su nhắc lại các môn đệ của Ngài: "Khi còn ở với anh em, Thầy đã từng nói với anh em rằng tất cả những gì sách Luật Mô-sê, các sách ngôn sứ và các thánh vịnh đã chép về Thầy đều phải được ứng nghiệm." (Luca 24:44). Rõ ràng họ đã chiến đấu để đặt mình vào viễn cảnh mọi sự việc đang thay đổi xung quanh họ.

Đức Giê-su và các môn đệ của Ngài đã trở thành một nhóm gắn bó nhau trong ba năm rưỡi Ngài sống với họ. Các ngài ghét nhìn thấy lúc kết thúc của sứ vụ Đức Ki-tô. Vì ghét điều đó nên trong câu chuyện Biến Hình Phê-rô đã vô tư nói: "Chúng ta hãy dựng ba lều và ở lại đây mãi mãi." Nói cách khác, 'Chúng ta hãy làm đông cứng lúc này lại và làm nó trường tồn.' Đức Giê-su đã trấn an họ bằng ơn bình an của ngài. Người ban cho họ sức mạnh với Thánh Linh,

nói với họ rằng họ sẽ làm điều Ngài đã làm và cả những điều còn lớn hơn thế, Ngài cũng hứa sẽ ở với họ mãi mãi.
Dù sau 2000 năm, Giáo Hội vẫn tồn tại, Giáo Hội vẫn tiếp tục công việc của Đức Giê-su dưới sức mạnh của Thánh Linh và Giáo Hội vẫn thay đổi, vẫn chiến đấu để ra đi từ quá khứ và đón nhận tương lai. Và cứ như thế cho đến lúc thời gian kết thúc. Giáo Hội không phải là một viện bảo tàng với mọi vật đông cứng trong thời gian và được bảo vệ trong những cái thùng bụi bặm. Giáo Hội hằng sống. Nó hằng sống vì nó luôn luôn được xây dựng mới trên quá khứ của mình. Như Thánh Phao-lô đã nói: "Một người trồng, những người khác tưới, nhưng chính Chúa làm cho mọi việc sinh hoa kết quả."

Hôm nay ở đây mọi người có lẽ đã đi qua, đang đi qua hay sẽ đi qua những thay đổi tương tự, đầy đau khổ. Có những người trong anh chị em là bậc cha mẹ sẽ dẫn con cái mình xuống lối đi giữa nhà thờ để "trao chúng đi xa mình" trong hôn lễ. Trong thâm tâm, anh chị em biết rằng tương quan giữa anh chị em với con cái mình sẽ không bao giờ như thế mãi. Các quan hệ cũ với chúng sẽ chết khi anh chị em thấy một tương quan mới phát triển. Dù đó là điều cần thiết, anh chị em cũng thấy có lúc phải đau buồn. Rồi có một vài anh chị em theo sau chồng hay vợ mình xuống lối đi giữa nhà thờ trong tang lễ. Trong thâm tâm, anh chị em biết sự việc hôm nay sẽ không bao giờ như thế mãi, một cách sống cũ sẽ chết khi một cách sống mới phát triển. Dù đó là điều cần thiết, anh chị em cũng thấy có lúc phải đau buồn. Một vài người trong anh chị em đã hoặc sẽ được lôi ra tòa đối diện với một cuộc ly dị.

Trong thâm tâm, anh chị em biết đời sống sẽ không bao giờ như thế này mãi. Một cách sống cũ sẽ chết khi một cách sống mới phát triển. Dù thích hay không, điều ấy cũng sẽ đầy nỗi đau buồn, và chúng ta phải đối diện với nó. Một vài

140

người trong anh chị em sẽ được đưa đến viện điều dưỡng, phải bán ngôi nhà và từ bỏ một cách sống cũ. Dù thích hay không, chúng ta sẽ phải chấp nhận sự việc ấy và nó sẽ gây thương tổn. Những ví dụ này có thể tiếp tục mãi, như việc nghỉ hưu, đoạn tuyệt một tương quan, sự chẩn đoán vào giai đoạn cuối. Vậy vấn đề không phải là sự việc nào phải thay đổi, nhưng là chúng ta phải xử lý với những thay đổi không thể tránh khỏi như thế nào.

Thay đổi dù được đón mừng hay không luôn luôn là một thách thức. Những người đã trúng vé số nói rằng dù sao trúng số cũng mang lại tình trạng chia rẽ và bối rối. Dù được đón mừng hay không, khi đương đầu với thay đổi chúng ta có hai chọn lựa. Chúng ta có thể gạt bỏ và từ chối nó hoặc chúng ta có thể đón nhận và khai thác nó. Từ chối trước một thay đổi cần thiết dù nhân bản và tự nhiên, bắt phải trả giá đắt, bỏ phí thời gian, sau cùng rơi vào tình trạng không hoạt động. Một số đáng sợ các năng lượng dùng để tránh né và từ chối sự thay đổi không muốn. Hãy giữ lại năng lượng này và dùng nó để đón nhận sự thay đổi ấy, và quan sát xem nó tiết lộ một điều gì khác tốt đẹp và mang lại sự sống. Đây thật sự là một vấn đề của thái độ. Đức Giê-su dạy chúng ta điều đó khi đối đầu với thập giá của Ngài. Ngài bị cám dỗ tránh né nó, để tìm một con đường đi vòng qua nó, nhưng khi chọn đi đến thập giá và đón nhận nó, Ngài đã chiến thắng nó.

Khi tôi nhìn lại đời mình, một vài kết quả lớn nhất và phi thường đã đến khi tôi đón nhận những thay đổi mà vẻ bề ngoài là tai hại. Khi tôi được phong chức, dù không muốn tôi đã được giáo phận sai đi làm việc truyền giáo. Tôi ghét ý tưởng này. Tôi van xin, kêu khóc và hờn dỗi. Trong một lúc được ơn, tôi quyết định không chiến đấu với nó, nhưng tôi đón nhận, khai thác nó và xem nó đưa tôi đến đâu. Cám ơn Chúa vì sự quyết định đầy ân sủng ấy. Nó làm nên sự khác biệt giữa mười năm khốn khổ và mười năm trưởng thành nhất mà tôi cảm nghiệm rõ trong đời tôi. Năm 1983, tôi là Mục tử của một giáo xứ nhỏ miền quê tiện lợi. Tổng Giám Mục Kelly yêu cầu tôi thay đổi dù tôi chỉ ở đó có ba năm rưỡi. Ngài muốn tôi rời bỏ tổ ấm tiện lợi và chuyển đến giáo xứ đổ nát, hấp hối này. Phản ứng đầu tiên của tôi là nói "không."

Vào một lúc được ơn, tôi vượt qua nỗi sợ hãi và nói "có." Cám ơn Chúa vì quyết định đầy ân sủng ấy. Tôi hẳn đã mất cơ hội về mọi việc phi thường đã xảy ra ở nơi đây mười bốn năm qua! Và giờ đây chúng ta lại đối mặt với một sự thay đổi khác, một sự thay đổi mà chúng ta có thể hoãn lại ít tháng nữa hay có thể qua một năm khác, nhưng dù sớm hay muộn chúng ta cũng phải đối diện với nó: một Mục tử mới cho giáo xứ này. Dù chuyện này sẽ gây ra đau buồn nhưng với cả tấm lòng và kinh nghiệm của tôi, tôi tin rằng khi chấp nhận sự thay đổi cần thiết này, chúng ta sẽ mở ra những khả năng cần thiết cho cả hai bên: là một Giám Đốc Ơn Thiên Triệu, tôi có thể cố gắng làm một điều gì đó cho tình trạng thiếu Linh mục của chúng ta, và vị Mục tử mới của anh chị em có thể đảm nhận những gì chúng ta đã cùng nhau xây dựng và đưa chúng lên một trình độ sống khác.

Khi chúng ta nhìn lại quá khứ – nào là giáo xứ Chính tòa, nào là con cái của anh chị em, một cuộc hôn nhân kết thúc qua ly dị hay cái chết, một công việc hay tương quan chấm dứt – chúng ta hãy đối diện với sợ hãi, đón nhận các sự kiện, nếu có khóc thì khóc ít thôi để rồi sau cùng mở lòng mình ra với một cái mới mẻ từ Thiên Chúa. Vâng, điều tốt nhất có thể chưa đến, nếu chúng ta có thể để mình tin tưởng điều đó và xúc tiến như nó có thật cho tới khi nó đến thật.

# THÁCH THỨC CỦA SỰ THAY ĐỔI

## Phần II: Những Mục Tử Nhân Bản Vô Tính

*"Mục tử nhân lành hy sinh mạng sống mình cho*
*đoàn chiên. Người làm thuê vì không phải là mục*
*tử nên không thiết gì đến chiên."*
Gioan 10:11-13

Có người gần đây hỏi tôi, "Điều gì làm cha tự hào nhất khi cha rời bỏ nhà thờ Chính tòa? Phải chăng việc sửa sang đẹp đẽ ngôi nhà thờ? Phải chăng việc thiết lập Quỹ Di Sản Chính Tòa? Phải chăng là sưu tập các bài giảng mà cha đã xuất bản? Phải chăng đó là sự phát triển to lớn con số giáo dân trong giáo xứ?" Tôi tự hào về tất cả những điều đó, tôi nói với bà ấy, nhưng đó không phải là điều tôi tự hào nhất. Tất cả những điều đó rõ ràng và cụ thể trước mắt. Điều mà tôi tự hào nhất thì vô hình, không thể đo lường và xảy ra trong tâm hồn của mỗi cá nhân.

Điều mà tôi tự hào nhất là có khá nhiều người trong số anh chị em đã nói với tôi rằng anh chị em cảm thấy lần đầu tiên trong đời rằng tôn giáo của anh chị em sau cùng đã trở nên sống động, chân thật, thú vị và cá nhân, và rằng anh chị em tín nhiệm lời thuyết giảng của tôi vì nó là chất xúc tác cho những điều mới mẻ ấy xảy ra. Đó chính là những gì mà tôi tự hào nhất. Tôi luôn luôn nghĩ rằng đó là căn tính của một Linh mục, trong nghĩa tốt nhất của từ ngữ ấy và thật sự có nghĩa là: trở thành một chất xúc tác, một chất dẫn, một kênh truyền, một trung gian, một sự nối kết – giữa Thiên Chúa với dân Người.

Trong mười bốn năm qua, tôi đã là Mục tử của anh chị em, từ ngữ "Mục tử" trong tiếng La-tinh có nghĩa là "người

143

chăn dắt." Theo truyền thống, vai trò của người Mục tử là trông nom việc nuôi dưỡng đoàn chiên: dẫn chúng đến nơi có cỏ non và tìm nơi có nước trong lành cho chúng. Người Mục tử không làm ra cỏ và không tạo ra nước. Ông chỉ biết nơi nào tìm thấy chúng. Vai trò của đoàn chiên chính là ăn và uống khi chúng đến nơi. Người Mục tử không thể làm thay cho đoàn chiên.

Nói cách khác, anh chị em có thể dẫn đoàn chiên ra đồng cỏ, nhưng anh chị em không thể bắt đoàn chiên ăn cỏ. Là Mục tử của anh chị em, tôi đã làm việc cật lực để mang lại cho anh chị em lương thực tinh thần tốt nhất mà tôi có thể từ tòa giảng này, để dạy anh chị em điều tôi biết về đời sống tinh thần và chỉ cho anh chị em phải ăn cỏ như thế nào trong đồng cỏ xanh tươi của đời sống tinh thần của anh chị em. Tôi không bao giờ phục vụ anh chị em "thức ăn thừa." Và vì tôi biết tôi sẽ không ở gần anh chị em mãi mãi, tôi biết còn thiếu nhiều thầy dạy tinh thần nên tôi đã cố ý dạy cho anh chị em cách tự nuôi dưỡng mình, làm thế nào để tìm được lương thực tinh thần cho mình, và nếu khi không có Linh mục, làm thế nào để ngoài việc chăn dắt chính mình còn biết làm Mục tử cho đoàn chiên đói khác. Ngày nay chúng ta đã nghe nói nhiều về những con chiên nhân bản vô tính. Điều chúng ta cần và hơn thế phải cố gắng thực hiện là phải nhân bản các Mục tử: những người có thể hướng dẫn những người khác đến với niềm vui luôn thức tỉnh trên cuộc hành trình tâm linh.

Những người đã ở đây trong một thời gian dài biết rằng tôi đã thúc đẩy, nài xin anh chị em có trách nhiệm về sự trưởng thành tinh thần và cá nhân của anh chị em. Tôi luôn luôn nghĩ rằng lời khen ngợi cao quý nhất mà anh chị em có thể trao cho tôi là phải đi đến cái ngày mà anh chị em không cần đến tôi nữa hay ít nhất có thể thực hiện mà không cần đến tôi. Có một số dấu chỉ chúng ta đã đi được con đường dài trong lãnh vực này.

Năm ngoái hoặc năm kia, đã có một phong trào từ cơ sở của giáo xứ này liên kết với những người khác để thực hiện sự trưởng thành tinh thần của cá nhân.

Một số nhóm hỗ trợ đã được hình thành và phát triển: nhóm hỗ trợ thanh niên, nhóm hỗ trợ trung niên, nhóm trẻ và nhóm trưởng thành mở rộng. Tuần vừa qua chúng ta có thêm bốn giáo dân tốt nghiệp Chương Trình Đào Tạo Tác Vụ của Tổng Giáo Phận. Một lần nữa trong tháng, một nhóm lớn các giáo dân làm thừa tác viên cùng ra ngoài ăn uống, vui chơi và nâng đỡ nhau. Điều tốt nhất của các nhóm ấy là không giống mọi chương trình cũ thường xuất hiện từ Hội đồng Mục vụ Giáo xứ, những nhóm này đến từ chính anh chị em.

Một bắt đầu thành công của Trường Phát Triển và Giáo Dục Tinh Thần Công Giáo Chính Tòa, một cơ sở mà những người tìm kiếm đời sống tâm linh nghiêm túc có thể tự do nuôi dưỡng chính mình qua tương tác và giáo dục làm tôi rất phấn khởi. Giờ đây chúng ta có một cái khung nhỏ của những cặp đã kết hôn làm cố vấn cho các bạn trẻ sắp kết hôn, chia sẻ sự khôn ngoan và sự nâng đỡ của họ. Một nhóm các tình nguyện viên khác được hình thành để phụ trách việc duy trì những dự án nhỏ quanh đây.

Qua nhiều năm tháng, tôi đã thúc đẩy anh chị em nhận lấy trách nhiệm đối với đời sống tinh thần của anh chị em và của nơi này. Tôi tin chắc rằng anh chị em đã nghe tôi. Điều này làm tôi tự hào vì một vài con chiên trong đoàn chiên của tôi hiện nay đã trở thành những người Mục tử. Ngay tại đây có những Mục tử khác biết tôi đang nói về điều gì. Là những bậc cha mẹ, anh chị em đã dành những năm tốt nhất của đời mình để để làm cho con cái sống độc lập với anh chị em và chúng có thể tự hào đứng vững trên đôi chân của chúng. Là những thầy dạy, anh chị em dành nhiều năm để làm cho các học viên đi xa hơn anh chị em và góp phần to lớn cho thế giới. Là vợ hay chồng, tình yêu hôn nhân hướng đến việc trao ban những điều tốt cho nhau. Cũng như khi thấy người bạn đời của mình tiến triển, hẳn anh chị em sẽ vui mừng trong lòng.

Tôi chắc rằng hết thảy Mục tử chúng ta đều có mục đích chung này: làm cho những người chúng ta hướng dẫn có thể hoạt động không cần chúng ta, điều này được tóm tắt trong một câu châm ngôn đã cũ: "Cho một người một con cá để họ ăn trong ngày. Hãy dạy họ biết câu cá thì họ sẽ không bao giờ đói." Chúng ta biết khi nào chúng ta thành công: đoàn chiên chúng ta không cần chúng ta nữa. Điều làm tôi tự hào nhất là điều này: Ít năm trước đây, tôi đã có chủ tâm hướng dẫn anh chị em đến nơi có cỏ xanh, nước mát về phương diện tâm linh. Hiện nay nhiều người trong anh chị em có thể tìm thấy lương thực tinh thần hợp với họ. Thật vậy, một ít người trong anh chị em đã bắt đầu dạy người khác tìm nó như thế nào. Làm sao tôi biết được điều đó? Tôi đã có một chồng thư mà anh chị em gởi đến nói như thế. Tôi xin kết thúc bài giảng này với việc trích dẫn hai bức thư trong số đó.

*"Con không biết liệu con con có thể xoay xở mà không có cha nhưng con tin rằng Giáo xứ Chính tòa có thể làm được. Cha đã tiếp sức cho họ trở thành một nhóm mạnh mẽ, độc lập và sống động. Họ sẽ làm được vì cha đã cho họ nền móng trên đó họ xây dựng. Vậy việc cha ra đi chẳng phải là một vấn đề của thời gian sao, khi cha chia sẻ lời Chúa với những người khác và làm chuyển động ơn gọi của họ."*

*"Cha cũng đã ở đó vì con, dù cha có biết điều ấy hay không, qua các bài giảng của cha và qua cộng đoàn mà cha đã lôi kéo theo. Chúng con ngồi im lặng trên bục gỗ Chúa nhật này qua Chúa nhật khác trưởng thành trong nội tâm. Cha phải thấy chúng con trưởng thành như cha biết*

*về cộng đoàn. Cha ơi, chúng con sẽ nhớ cha. Nhưng điều cha đã bắt đầu sẽ tiếp tục lớn lên. Giáo xứ năng động bao gồm mà cha đã hình thành sẽ nở hoa. Với những quan niệm như thế mà cha trao ban chúng con với tình yêu không điều kiện của Thiên Chúa, điều đó sao lại không thể được chứ?"*

Tôi rất tự hào về anh chị em. Đó là điều mà tôi tự hào nhất. Anh chị em hãy tự dẫn dắt và dẫn dắt lẫn nhau. Hãy mời gọi nhiều người tham gia. Hãy dạy những gì mà anh em đã được dạy. Hãy làm cho phạm vi của anh chị em ngày càng rộng mở.

# THÁCH THỨC CỦA SỰ THAY ĐỔI

## Phần III: Tiếp xúc và lệ thuộc nhau

*"Thầy là cây nho, anh em là cành...*
*Không có Thầy anh em chẳng làm gì được."*
Gioan 15:5

Tối Chúa nhật vừa qua, tôi vinh dự được nói chuyện trong một cuộc họp mặt của "nhóm hỗ trợ thanh niên" của chúng ta. Họ đặt cho tôi 12-13 câu hỏi và muốn tôi trả lời. Đủ mọi loại câu hỏi như "làm thế nào để phát triển đời sống tinh thần của cá nhân" hoặc "làm thế nào để duy trì lòng trung thành đối với Giáo Hội khi bạn có vấn đề với nó." Trước khi tôi trả lời những câu hỏi của họ, tôi nhận thấy những câu hỏi ấy có điều rất lý thú. Phần lớn những câu hỏi ấy đã tập trung vào các nhu cầu, các quyền và tự do của các cá nhân. Tôi vạch ra cho họ thấy thế hệ đi trước họ có lẽ đã hỏi một loại câu hỏi hoàn toàn khác: những câu hỏi tập trung vào các nhu cầu, các quyền và tự do của cộng đoàn. Không thế hệ nào tốt hơn thế hệ nào. Cả hai có thể bị đẩy đến chỗ cực đoan. Tôi tin rằng thế hệ của tôi chính là sự phản ứng thái quá đối với thế hệ đi trước có xu hướng cá nhân phá hoại.

Tôi đã là một thành phần của cả hai thế hệ. Khi tôi được đào tạo trong chủng viện trước đây, hệ thống chủng viện đã ra sức phá vỡ tính chất cá nhân. Chính lợi ích của tập thể được đánh giá là quan trọng. Tính chất cá nhân phải được nhổ tận gốc vì những nhu cầu của tập thể. Trong thời gian tôi được đào tạo ở chủng viện, tính chất cá nhân được phóng đại đến nỗi bất cứ quy tắc, tính đồng nhất hoặc cơ cấu nào cũng đều trở thành điều đáng nguyền rủa.

Mỗi thế hệ dường như cố gắng sửa chữa những sự thái quá của thế hệ đi trước khi cần phải quân bình lợi ích cá nhân với lợi ích tập thể. Trong thực tế, tôi đã nhìn thấy điều đó xảy ra trước mắt tôi tối Chúa nhật vừa qua: một căn phòng đầy những thanh niên khỏe mạnh, con cái của thế hệ tôi, đang nỗ lực tự đào tạo trong một cộng đoàn nhỏ để nâng đỡ nhau. Tôi nghĩ chúng ta có thể đi qua một khúc quanh! Có lẽ thời điểm này, chúng ta thấy mình ở nửa đường, một nơi quân bình giữa lợi ích cá nhân và lợi ích của đoàn thể.

Nếu Kinh Thánh có điều gì về đề tài này thì đó là: chúng ta là những cá nhân, nhưng chúng ta cũng kết hiệp thân mật với Thiên Chúa và với nhau. Chính chúng ta chịu thiệt hại nếu chúng ta quên hoặc không biết sự kiện nền tảng này. Mọi tội lỗi là sự chối bỏ sự kiện ấy, cách này hay cách khác. Cả tội tổ tông thật ra không phải là ăn trái cấm, nhưng nó nói về một cố gắng quên đi sự kiện Thiên Chúa, con người và động vật-vật chất liên kết và lệ thuộc nhau. Sau mỗi tội là sự thay đổi về cùng một vấn đề: hoặc Ca-in từ chối làm người bảo vệ em mình, Ít-ra-en từ chối giao ước với Thiên Chúa, chiến tranh tôn giáo và những bất công xã hội trong thế giới hiện đại hoặc những hành vi cá nhân thiếu trách nhiệm xung quanh chúng ta làm hôn nhân, gia đình và xóm giềng chia rẽ.

Kinh Thánh thật sự là một cuốn sách ghi chép lại những điều Thiên Chúa nói với con người về vị trí của họ trong tương quan tế nhị và lệ thuộc lẫn nhau và con người thường từ chối không nhận sự kiện ấy và sống trong chân lý ấy. Hình mẫu cây nho và cành trong Tin Mừng hôm nay đã mang lại thêm một nỗ lực để mô tả tương quan đặc biệt, mang lại sự sống mà chúng ta có với Thiên Chúa qua Đức Giê-su. Nó nhắc chúng ta khi được liên kết, chúng ta có sự sống; khi bị cắt rời, chúng ta khô héo và chết. Hình ảnh của thánh Phao-lô về thân mình Đức Ki-tô khẳng định điều tương tự về gia đình mà chúng ta gọi là Giáo Hội. Xét như một cá nhân, chúng ta không phải là Thân Mình của Đức Ki-tô. Tất cả chúng ta – dù chúng ta có thể cảm thấy mình vô nghĩa hoặc có thể bị người khác đối xử thậm tệ – đều là những thành phần liên kết nhau của một thân thể: Thánh Gioan đã nói một cách thẳng thừng: "Ai nói rằng mình yêu Thiên Chúa mà không yêu người đồng loại là người nói dối!"

Sự lệ thuộc lẫn nhau không có nghĩa vừa lệ thuộc, vừa không lệ thuộc. Sự lệ thuộc lẫn nhau muốn nói đến một tương quan tích cực dựa trên sự tôn trọng lẫn nhau và chia sẻ trách nhiệm đối với lợi ích chung. Tiếng phản nghĩa của lợi ích chung là vị kỷ, sự vị kỷ là tên gọi thái độ chỉ nghĩ đến mình, coi mình là trung tâm. Mọi chú ý và quan tâm thường xuyên tập trung và bản thân. Mọi hành động, mọi cố gắng và tương quan có mục tiêu đầu tiên là nâng cao và bảo vệ bản ngã một cách nào đó. Vì nhu cầu của chúng ta được coi và được cảm nhận quan trọng hơn nhu cầu của những người khác, sự tương tác với người khác hướng đến việc phục vụ bản thân. Tính vị kỷ là một chu kỳ vĩnh cửu hướng về mình: chúng ta càng tập trung vào chính mình, chúng ta càng ít biết đến những người khác. Càng ít biết, chúng ta càng ít chăm sóc người khác, nhưng càng tập trung vào mình nhiều hơn. Nhìn thế giới qua cái khung tham chiếu vị kỷ có nghĩa là mọi việc chúng ta làm hoặc hy vọng làm chỉ quan trọng nếu chúng ta cảm thấy thu lợi được từ việc đó. Ảnh hưởng của nó trên chúng ta thế nào sẽ che khuất ảnh hưởng của nó trên những người khác cũng thế. Bạo lực, tội ác, lạm dụng trẻ em, nghèo đói, vô gia cư, cưỡng đoạt, giết người, lợi dụng nhiều người, phá thai đại trà thiếu suy nghĩ, hôn nhân vội vàng và ly dị dễ dàng chỉ là những hệ quả của một nền văn hóa vị kỷ. Thế giới quan hiện tại của chúng ta tập trung vào bản thân đúng là một trường hợp nghiêm trọng khác của "tội nguyên tổ," một thất bại vì không chấp nhận tương quan lệ thuộc với Thiên Chúa và với nhau.

Chúng ta thấy điều này trong thái độ nhiều người Công giáo đã có với các giáo xứ của họ. Trong mấy năm sau này, người Công giáo không còn nghĩ về những gì mà họ có thể làm cho giáo xứ của họ nhưng đã bắt đầu chú ý đến những gì mà giáo xứ của họ có thể làm cho họ. Một giáo xứ lệ thuộc hỗ tương là một giáo xứ ở đó người ta được nuôi dưỡng và đem lại sự nuôi dưỡng, trong một chu kỳ trao ban sự sống, giáo xứ ấy đặt nền trên sự khôn ngoan của Đức Giê-su, "chính trong sự trao ban mà anh chị em nhận lãnh."

Khi tôi rời bỏ giáo xứ này như một Mục tử, tôi có một thách đố cho anh chị em: Hãy lãnh nhận trách nhiệm, không chỉ để tinh thần anh chị em được trưởng thành, nhưng còn vì sức khỏe của giáo xứ này. Nếu anh chị em muốn "con ngỗng cái vàng" này tiếp tục đẻ "trứng vàng," anh chị em hãy cho nó ăn, chăm sóc nó và nuôi dưỡng nó, và nó sẽ tiếp tục nuôi anh chị em và những người xung quanh anh chị em. Nhưng nếu anh chị em đến đây để chỉ để nhận, anh chị em sẽ giết "con ngỗng cái vàng" ấy, nó sẽ không còn cung cấp "những quả trứng vàng" cho anh chị em và những người khác nữa. Dường như mỗi người Công giáo mà tôi gặp đang tìm kiếm một giáo xứ trao ban sự sống, nhưng thông thường họ muốn một ai khác cung cấp sự sống ấy cho họ. Một giáo xứ trao ban sự sống là một hệ thống phức tạp giữa cho và nhận, một sự quân bình tế nhị của sự lệ thuộc hỗ tương, một gia đình ở đó người ta tôn trọng lẫn nhau và chấp nhận sự chia sẻ trách nhiệm vì lợi ích chung.

Bên cạnh việc chăm sóc lẫn nhau, như giáo xứ Chính tòa, anh chị em có sứ vụ phục vụ những người khác bên ngoài giáo xứ. Như "nhà thờ mẹ" của giáo phận, anh chị em có trách nhiệm đặc biệt vươn tới mọi giáo xứ của giáo phận. Vì từ địa điểm của chúng ta, anh chị em có một trách nhiệm đặc biệt trở thành một trung tâm tinh thần giữa khu kinh doanh buôn bán, một trách nhiệm vượt ngoài những ranh giới của Công giáo La-mã. Anh chị em hãy ngước mắt lên và nhìn xung quanh anh chị em. Hãy đảm nhận sứ vụ của anh chị em cách nghiêm túc.

Anh chị em hãy duy trì một sứ vụ gấp ba lần mà chúng ta đã xác định và đem lại sức sống mới những năm sống động và phát triển vừa qua. Hãy quan tâm đến những nhu cầu của người khác. Hãy cộng tác với Tổng giáo phận. Anh chị em hãy làm việc với Quỹ Di Sản Chính tòa. Đó là ơn gọi giáo xứ của anh chị em. Tính vị kỷ khi tập trung vào chính mình, chỉ muốn thu được sẽ là cái chết của giáo xứ này. Sự lệ thuộc hỗ tương, một thái độ cho và nhận, sự tương kính và trách nhiệm nhau sẽ bảo đảm giáo xứ này trở thành nơi trao ban sự sống cho nhiều người những năm sắp đến. Như lời Đức Giê-su đã nói: "Anh em đã được cho không thì anh em cũng phải cho không như vậy" (Mát-thêu 10:8).

Vì tôi sắp rời khỏi nơi đây, như một Mục tử của anh em, điều ấy không có nghĩa sự liên kết của chúng ta sẽ gãy lìa. Một phần của tôi sẽ luôn ở lại nơi này và tôi sẽ mang phần của anh chị em tới bất cứ nơi nào tôi đến. Bây giờ anh chị em hãy mở trí tuệ và tâm hồn mình để nhận những ơn mà Cha Fichteman sẽ mang đến. Anh chị em hãy làm việc với cha để xây dựng trên nền tảng mà chúng ta đã cùng nhau để lại. Rồi anh chị em sẽ thích ngài, vì ngài có nhiều điều để trao tặng, những ân huệ mà anh chị em cần để đi đến một trình độ kế tiếp. Ngài là người cần có vào đúng thời điểm.

# THÁCH THỨC CỦA SỰ THAY ĐỔI

## Phần IV: "Đảo đồ chơi không phù hợp: xem xét lại"

*"Không phải anh em chọn thầy, nhưng Thầy đã*
*chọn anh em... Anh em hãy thương yêu nhau."*
Gioan 15:16-17

Cách nay mấy tuần, một vài người hỏi tôi nếu tất cả những phiền nhiễu của những người biểu tình, những tờ thư nặc danh công kích và những tập sách xấu liên quan đến quyết định của tôi thì liệu có phải là lúc tôi rời bỏ Chính tòa không. Tôi cười thầm vì tôi không bao giờ nghĩ đến điều đó. Câu trả lời là một tiếng KHÔNG vang dội. Người ta không ném tôi vào một tình tiết nhỏ để tôi nghi ngờ bản thân và làm tôi suy nghĩ lại vị thế của tôi, nhưng tôi luôn luôn đi đến chỗ xác tín nhiều hơn bao giờ hết rằng chính sách của tôi là không chỉ chào đón những người bên lề và những người thiểu số, nhưng tôi cũng tích cực đi đến với họ đúng với Tin Mừng. Bên cạnh đó, những kiểu công kích ấy là dấu chỉ tôi đang làm điều đúng. Thật vậy, ánh sáng càng sáng tỏ thì sự công kích càng dữ dội. Sự đáp trả cho lời mời gọi của chúng ta đã tốt đẹp đến nỗi tôi buồn vì những công kích đó không tệ hại như chúng phải thế. Những người tấn công tôi có lý do chính là tôi đã ở lại quá bốn năm thời gian tôi được phép ở lại. Tôi rất tự hào vì chúng ta là một giáo xứ ở đó những người bên lề và thiểu số cảm thấy như ở nhà mình.

Vâng, tôi coi như một dấu hiệu vinh dự bị công kích vì đã đến với và chào đón những người bên lề và thiểu số. Xác tín này không đến với tôi từ một loại vấn đề trong xã hội tự do. Xác tín này đến với tôi từ bài đọc Tin Mừng và từ cuộc hành trình tâm linh của tôi. Tôi đã lớn lên với tính hay xấu hổ. Có ngày cha tôi nói với tôi rằng tôi ngốc nghếch, không có khả năng và có thể tôi sẽ không bao giờ lên cao hơn một ngọn đồi trồng đậu. Nhiều thầy dạy tôn giáo có lẽ đã xấu hổ một nơi nào đó trong hàng, đã loại bỏ Kinh Thánh vì những sứ điệp lên án và đã xây dựng một tôn giáo nhỏ méo mó xung quanh những sứ điệp này.

Hệ thống tiểu chủng viện đã được xây dựng trên ý tưởng rằng nếu người ta làm tê liệt mọi thói xấu, tội lỗi và khuyết điểm của một người và chăm chú vào chúng ngày lẫn đêm, thì chúng ta có thể làm một người phải thay đổi. Tôi thường nói trong chủng viện rằng tôi là một trường hợp không hy vọng và có lẽ tôi không nên trở thành một Linh mục. Trong thực tế tất cả những điều đó có một hệ quả trái ngược. Sau cùng tôi cảm thấy mình ngày càng tệ và ngày càng cách xa Thiên Chúa. Tôi sống trong nỗi sợ hãi: sợ người khác và sợ Thiên Chúa.

Điều tốt nhất của tôi thì không bao giờ tốt đủ cho cha tôi, cho một vài cha giáo, và có lần tôi nghĩ cho cả Thiên Chúa tôi. Sứ điệp từ hai phía là: hãy trở nên hoàn thiện và chúng tôi sẽ yêu quý con. Vì tôi không thể hoàn thiện, dù có cố gắng mấy nên tôi chỉ có một việc phải làm là để tâm hồn bình an là tránh né cha tôi và tránh né Thiên Chúa với mọi sứ điệp buộc tội của hai đấng. Dường như tôi càng bị buộc tội, tôi càng trở nên tha hóa. Sự buộc tội không bao giờ động viên tôi thay đổi. Tôi không bao giờ thấy có người nào truy lùng ra tội nhân để kết tội, dù một vài Ki-tô hữu tự mãn tin tưởng sứ vụ của họ.

Ở một lúc nào đó tôi bắt đầu đọc Tin Mừng. Đức Giê-su mà tôi tìm thấy ở đó hoàn toàn khác với Đức Giê-su đã được thấm vào tôi. Đức Giê-su trong Tin Mừng tìm ra người tội lỗi không phải để lên án nhưng để yêu thương.

154

Đức Giê-su ra sức làm biến đổi nhiều người trước hết bởi việc chấp nhận họ như họ vốn thế. Ngài không nói, "Hãy thu gom việc làm của anh lại rồi hãy đến gặp tôi." Ngài đã yêu thương con chiên lạc như thế nào, nếu không nói hơn 99 con ở lại trong đàn. Ngài yêu thương người con hoang đàng như thế nào, nếu không nói hơn người con mẫu mực, không làm điều sai trái. Những người bạn thân nhất của Ngài là những người bị loại trừ, bị gạt ra bên lề. Điều này khiến cho những người tự cho mình là đúng đắn phải càu nhàu: "Người này tiếp đón kẻ tội lỗi và ăn uống với họ." Theo tôi tác vụ của Đức Giê-su trong Tin Mừng được tóm tắt trong câu nói lấy ra từ Kinh Nguyện Thánh Thể II cho Sự Hòa Giải: "Khi chúng con đã hư mất và không thể tìm thấy con đường đến cùng Chúa, Chúa đã yêu thương chúng con hơn bao giờ hết."

Sứ điệp tình yêu không điều kiện ấy từ Thiên Chúa đã biến đổi cá nhân tôi. Những sứ điệp cũ kỹ, buộc tội và bị tội ám ảnh không bao giờ có thể thực hiện. Sứ điệp tình yêu cho tôi một nền tảng, một chỗ đứng để bắt đầu xây dựng chính mình thành một con người tốt hơn. Vâng, tôi biết rằng tôi có thể làm những sai lầm, nhưng điều tôi khám phá là tôi không CHỈ là sự sai lầm to lớn. Có cả một thế giới khác biệt trong hai sứ điệp. Những người không biết điều đó đã lên án Đức Giê-su khi Ngài đã tha thứ cho tội nhân; điều đó cũng giống như chúng ta bị lên án vì đã đón tiếp những người bị loại bỏ vào giáo xứ này.

Sự khám phá này giống như người ta tìm thấy một viên ngọc quý đã có một ảnh hưởng trên đời sống cá nhân tôi. Trong những lời của Đức Giê-su. Theo những lời của Đức Giê-su: "Điều tôi được cho như một quà tặng, tôi muốn cho như một quà tặng." Tôi đã rao giảng sứ điệp này như từ trên tòa giảng suốt 14 năm; anh chị em đã nâng đỡ và liên kết với tôi trong việc đẩy mạnh sứ điệp này, và sự đáp trả

155

đã là một hiện tượng. Tất cả những người tan nát đã được chữa lành trong bầu khí đón chào và chấp nhận ấy, những người đã có tất cả nhưng cho hết nhà thờ, những người có đời sống biến đổi dưới sức mạnh của bầu khí ấy. Tôi có những hộp thơ chứng tỏ điều ấy.

Trong ít tuần nữa khi tôi rời bỏ nơi này, hy vọng và lời cầu nguyện của tôi là tác vụ đến với và chào đón những người bị gạt ra bên lề, những người thiểu số và bị loại bỏ vẫn là trọng tâm của tác vụ Chính Tòa. Những năm qua, có người đã gọi chúng ta là "Hòn đảo đồ chơi không phù hợp," tên gọi này đến từ chương trình TV đặc biệt, "Rudolph, con tuần lộc mũi đỏ," "Hòn đảo đồ chơi không phù hợp" là nơi người ta gởi đến những búp bê một mắt, những cái xe đồ chơi thiếu bánh, những con gấu nhồi bông chỉ còn một lỗ tai. Trong chuyện này, dù các đồ chơi khiếm khuyết và gãy vỡ, chúng cũng tham gia vào ngày lễ Giáng Sinh. Cả những người Công giáo li dị, đồng tính và lìa xa Giáo Hội, cũng như bất cứ người nào khác được gọi là bị loại trừ đều được Thiên Chúa yêu thương và xứng đáng có một căn nhà trong Giáo Hội. Tôi tự hào đã góp phần vào ủy ban đón tiếp ấy mười bốn năm qua. Anh chị em hãy tiếp tục phát đi thông điệp ấy, cả sau khi tôi đã đi rồi, vì như một quý bà đã nói: "Bạn không bao giờ biết bạn đón tiếp người nào vào lúc nào." Người này thật sự cần được lắng nghe và cho ăn uống. Điều này thay đổi đời sống theo cách mà sự buộc tội không bao giờ làm được!

# BÀI GIẢNG CUỐI CÙNG

## "Tạm biệt"

### Chúa Nhật Thứ Mười Thường Niên

*"Vì tôi đã tin nên tôi phải nói."*
2 Cô-rin-tô 4:13

Có một thời điểm đúng cho mọi việc, và một thời điểm cho mỗi công việc dưới bầu trời này. Một thời để sinh ra và một thời để chết; một thời để khóc và một thời để cười … một thời để thinh lặng và một thời để nói" (Giảng viên 3: 1-8). Với câu nói quen thuộc này, tôi phải thêm vào "một thời để nói 'xin chào' và một thời để nói 'tạm biệt'. Đây là lúc tôi nói lời tạm biệt.

Hôm nay tôi đánh dấu sự kết thúc của một cuộc phiêu lưu và bắt đầu một cuộc phiêu lưu khác. Anh chị em sẽ tiếp tục cuộc hành trình thiêng liêng của mình dưới sự hướng dẫn của một Mục tử mới lạ khác. Tôi sẽ tiếp tục công việc của Chúa, viết xong một cuốn sách khác, dạy thuyết giáo ở Saint Meinrad và vào tháng Giêng, tôi trở thành một người rao giảng Phúc Âm lưu động và một giám đốc ơn gọi. Với một kết thúc như thế và những bắt đầu mới đầy nỗi sợ hãi, bất an, và phần nào buồn phiền. Điều mà chúng ta cảm thấy không đơn độc. "Lao vào những không gian mới không bao giờ dễ chịu." Chúng ta cần có đức tin, lòng can đảm, nhẫn nại và niềm hy vọng. Chúng ta hãy tín thác rằng Thiên Chúa kêu gọi chúng ta bày tỏ một ý chí mới mang lại cho chúng ta những điều cần thiết để thực hiện sự chuyển tiếp.

Trong bài đọc thứ hai hôm nay, Phao-lô vừa hoàn thành việc xem xét lại sự thăng trầm của tác vụ ngài thực hiện cho cộng đoàn Cô-rin-tô. Khi chúng ta tìm hiểu bài đọc, Phao-lô ghi lại rằng chính đức tin nồng nhiệt của ông đã buộc ông phải chia sẻ những gì ông đã cảm nghiệm với những người khác. Sự rao giảng của ông xuất phát từ niềm xác tín sâu xa. Ngài bị thúc đẩy để rao giảng. "Vì tôi đã tin nên tôi phải nói."

Vì tôi đã suy nghĩ về tác vụ của tôi ở đây tại nhà thờ Chính tòa này, tôi thấy mình chia sẻ một vài tư tưởng của Phao-lô về việc rao giảng. Từ mọi phản hồi chung của anh chị em mà tôi đã nhận được, chúng ta dường như đã thành công vì việc rao giảng Lời Chúa là cái mang lại sự sống cho tôi cũng đã mang lại sự sống cho anh chị em qua việc lắng nghe Lời. Điều tôi vui thích thực hiện tạo thành điều mà anh chị em đánh giá cao nhất. Tôi đã khổ công rao giảng những năm ở đây, như các Mục tử phụ tá, kể cả cha Linebach. Khi tôi ở đây, tôi đã học được một điều quan trọng về việc rao giảng như Phao-lô: rao giảng phải phát xuất từ đây (trái tim), không phải từ trên này (cái đầu). Việc rao giảng đến nhờ cầu nguyện, sự nội quan và xét mình. Vì thế, việc rao giảng tốt không chỉ biến đổi người nghe, nhưng cũng biến đổi người rao giảng.

Trước mặt mình, tôi sở hữu được năm điều quý giá nhất. Nếu căn nhà tôi bị bắt lửa và tôi có may mắn cứu lấy một cái gì đó, chắc chắn tôi sẽ chạy qua lửa để để cứu lấy những điều này. Bởi lẽ chúng là những vật sở hữu có giá trị nhất của tôi.

(1) Cột trụ đầu tiên là nhật ký tâm linh của tôi. Những nhật ký ấy thể hiện công việc tôi đã làm cho tôi suốt mười bốn năm qua. Từ lúc tôi đến đây, đức tin tôi đã bị thách thức. Có những người nói với tôi rằng tôi không nên hy vọng. Người ta chẳng nên hy vọng gì vì "chẳng có thể làm gì cho Chính tòa: những ngày của nó đã được đếm." Tôi

nhớ mình đã quyết định không chấp nhận lời khuyên đó, sự thiếu sót đức tin. Bất chấp những điều kỳ cục, tôi cố ý chọn đức tin là cái quả thực có thể thực hiện, nếu chúng ta có thể đặt chính mình vào sự tin tưởng. Như thế tôi thực tâm thực hiện đức tin, thay vì buông xuôi trong tuyệt vọng cho dù những dấu chỉ trong năm 1983 rất ảm đạm! Để duy trì đức tin của tôi, tôi duy trì nhật ký thiêng liêng trong đó tôi nói với chính mình phải tin tưởng, khuyến khích chính mình phải tín thác. Tôi đã học một bài học rất quan trọng khi giữ lại những nhật ký này: khi ngày lại ngày, chúng ta "tín thác vào Thiên Chúa, tin tưởng vào chính Ngài và dám mơ mộng," phép lạ phải xảy ra. Tôi lập kế hoạch sử dụng kỹ thuật này trong công việc mới của tôi nếu gọi một cách khác đó là "một tình hình vô vọng" hoặc "sự thiếu thốn Linh mục." Tôi giới thiệu kỹ thuật này cho anh chị em nào đang đối mặt với cái gọi là "tình hình vô vọng" của anh chị em.

(2) Ngoài cuộc đấu tranh đó, ngoài niềm tin vào Thiên Chúa, vào chính tôi và niềm tin vào anh chị em, tôi "nói thẳng." Cột trụ thứ hai này bày tỏ mười bốn năm "nói thẳng" về tình yêu không điều kiện của Thiên Chúa đối với mọi người chúng ta. Tôi tin rằng tôi còn viết ra khoảng 99% các bài giảng ngày Chúa nhật của tôi trong những năm tôi sống với anh chị em. Như anh chị em có thể thấy, tôi đã cho ghi nhiều bài giảng vào băng từ. Bên cạnh những bài giảng đó, tôi đã soạn một cuốn sách và sáu băng từ về sự trưởng thành tâm linh, tôi đã đi giảng phòng cho 15 giáo xứ và gởi 70 bản in các bài giảng mỗi tuần cho cả nước bằng thư điện tử. Những ai đã gởi tiền và quà cho tôi làm công việc này, tôi muốn anh chị em biết rằng tôi đã chuyển quà ấy vào quỹ thuyết giảng, hiện nay tổng số lên 30.000 đô la. Anh chị em hãy dùng nó để mời các nhà thuyết giảng tốt nhất đến với Chính tòa.

(3) Cột trụ thứ ba là thư từ anh chị em gởi cho tôi, mang lại những ý kiến phản hồi và khích lệ. Tôi không bao giờ ở trong một vị trí để người Công giáo bày tỏ sự cảm kích công khai của họ. Vì anh chị em đã bỏ thời gian để bày tỏ sự biết ơn và khích lệ nên tôi được động viên để làm thật tốt và cố gắng hết mình để mang lại cho anh chị em sự nuôi dưỡng phẩm chất tinh thần. Anh chị em đã thúc đẩy tôi trưởng thành; anh chị em đã cho tôi sức mạnh để tiếp tục trong công việc bề bộn, và anh chị em đã làm cho đời Linh mục của tôi thành một niềm vui , mang lại cho tôi một hạnh phúc sâu xa và một điều gì đó tôi muốn khuyên bảo giới trẻ khi có thể trong ít năm tới. Tôi không thể nói với anh chị em bằng cách nào về sự quan trọng của việc dành thời gian động viên các Linh mục ngày nay. Tôi cũng không biết cách nào để cám ơn anh chị em cho đủ vì đã làm điều đó cho tôi. Anh chị em đã cho tôi sự động viên "với đấu đủ lượng, tràn đầy, đã dằn, đã lắc đầy tràn mà đổ vào vạt áo của tôi" (Lu-ca 6:38).

(4) Hồ sơ sau cùng là điều mà tôi gọi là "đời sống khiêm nhường." Tôi biết rất rõ những khuyết điểm, tội lỗi và những điều thiếu sót khi tôi ở đây. Đây là những bức thư trong đó nhiều người đã bày tỏ sự tức giận, bực bội và thất vọng với tôi khi tôi mất kiên nhẫn, quá khắc khe với hội đồng giáo xứ, không nhận thấy anh em bị tổn thương hoặc đơn giản xử lý kém trong một tình huống. Điều này nhắc tôi nhớ lại một truyền thống cổ của La-mã khi các danh tướng đánh trận trở về Rô-ma trong vinh quang. Lúc họ đi qua những khu phố trên chiến xa của họ, đầu đội vương miện được quần chúng hoan hô, người ta thực hiện hai điều để giữ cho mọi người luôn tỉnh táo. Quần chúng không chỉ hoan hô họ mà còn gào to: "Các ông hãy nhìn lại đàng sau và nhớ rằng các ông sẽ chết." Hơn nữa, vào lúc cuối của cuộc diễu hành, một vài binh sĩ của họ còn phải quát to những lời lăng nhục để giữ cho họ đừng quá tự hào. Và

cũng như thế, có những người trong số anh chị em đã viết những nhận xét khó chịu nhưng tôi cũng phải nói "cám ơn." Anh chị em cũng đã giữ một vai trò quý giá. Nếu tôi đã làm tổn thương ai, xin hãy tha thứ cho tôi!

Và như thế, đây là lúc nói lời "tạm biệt." Mấy tháng nay, tôi đã tự hỏi, "Bạn phải nói lời 'tạm biệt' với những người bạn yêu thương như thế nào?" Câu trả lời đến với tôi đơn giản là nói "cám ơn." Tôi cám ơn Tổng Giám Mục đã liều giao việc mục vụ Chính Tòa và bục giảng này cho tôi khi tôi chỉ mới 37 tuổi. Tôi đã được nâng đỡ một cách khó tin. Tôi cám ơn những Linh mục tận tâm đã là những cộng tác viên trong tác vụ này. Các Cha Vest, Griner, Badgett, Medley, Stoltz và Linebach. Cha Marty, hãy đứng dậy. Cám ơn tất cả các Cha vì những gì các Cha đã làm cho giáo xứ này và cho tôi. Tôi cũng cám ơn các Cha vì đã chịu đựng khía cạnh điên dại của nhân cách con người. Cám ơn vì sự vững vàng của các Cha. Các Cha đáng được tán thưởng.

Tôi cám ơn các Phó tế của chúng ta, đặc biệt Pat Wright, bà vợ Sandy và gia đình thầy. Thầy là vàng ròng! Tôi cám ơn những nhân viên tận tụy của văn phòng giáo xứ cũng là những người đối tác với tôi, cả những người đã chuyển đi chỗ khác lẫn những người còn ở nơi đây. Danh sách rất dài, nhưng có một số ít thành viên làm việc dài hạn đáng được tôi chọn để nhắc đến: Julie Zoeller, David Lang, Pat Sexton, Larry Love, Elaine Winebrenner, Jerre Basset và Shirley Jones. Tôi cám ơn các chủ tịch Hội Đồng Giáo Xứ (Alice Hession, Ted McGill, Bob Tichey và Tim Bode) và nhiều thành viên hội đồng. Tôi cám ơn hàng trăm tình nguyện viên của giáo xứ.

Xin gởi lời cám ơn hân hoan đến Christy Brown, ông đã làm cho Quỹ Di Sản của chúng ta thành một kiểu mẫu của quốc gia và cho chúng ta ngôi nhà thờ đẹp này. (Nhân đây, nó vừa đoạt giải thưởng quốc gia danh giá về phụng vụ và bảo tồn.) Tôi cám ơn Văn Phòng Quỹ Di Sản Chính Tòa, các thành viên ủy ban và các tình nguyện viên của mọi tôn giáo. Tôi gởi lời cám ơn đặc biệt đến Trish Pugh Jones và Susan Griffin, các giám đốc điều hành Trish Pugh Jones và Susan Griffin.

Tôi gửi một nụ hôn cho nhóm nhỏ các "cụ bà nhỏ," đặc biệt các thành viên Liên Đới đầu tiên đã tiếp đón tôi, chăm sóc tôi như các bà mẹ và làm tôi hư các năm qua.

Sau cùng, tôi cám ơn Cha Bill Fichteman, đã có lòng can đảm tiếp tục trách nhiệm nặng nề và đưa nó lên một trình độ mới. Anh chị em hãy nhớ ngài đã rời bỏ những người ngài yêu mến để đến đây. Hãy chào mừng ngài, động viên ngài, giúp đỡ ngài và yêu thương ngài, như anh chị em đã làm với tôi!

Vào lúc cuối của Thánh Lễ hôm nay, tôi có một món quà tạm biệt làm ngạc nhiên (một cây thánh giá làm từ gỗ sàn nhà với một lời phúc lành cho gia đình được ghi trên đó) cho anh chị em, vẫn ở lại quanh đây. Tôi sẽ kết thúc ở đây với việc trích dẫn một tấm thiệp tôi nhận được mấy tuần trước. Dường như nó nói điều đó tốt nhất. Nó cho thấy chú gấu Snoopy với những lời: "Bạn sẽ không bao giờ lìa xa tôi." Bên trong, Snoopy đưa chân chỉ vào tim với những lời: "Bạn không bao giờ lìa xa tôi, vì bạn luôn luôn ở ngay đây." Cám ơn anh chị em từ tâm khảm của tôi! Cám ơn! Cám ơn! Cám ơn!

# KẾT LUẬN

*"Người ta không tìm kiếm thông tin về Thiên Chúa. Người ta muốn kinh nghiệm chính Thiên Chúa. Thông tin khiến họ buồn bã, thờ ơ. Kinh nghiệm, đặc biệt kinh nghiệm sau cùng mà bất cứ ai có thể có được khiến người ta phải nín thở. Và đó chính là điều chúng ta phải trao tặng."*

Sứ Vụ cho Oz[71]

Vấn đề cấp bách nhất mà giới Công giáo phải đối diện hôm nay phải là phẩm chất linh đạo của các Linh mục đối diện với sự xuống cấp bên ngoài của lòng sùng tín và đức tin, của sự cộng tác hiệp thông, của sự quảng đại và quan tâm đến người nghèo.

Tôn giáo cơ cấu đã mất đi quyền áp đặt những quy tắc như thái độ không được thắc mắc của các tín đồ. Không có nhiều những lời nói cường điệu và to tiếng từ giới lãnh đạo cho biết phải làm thế nào để được tín hữu lắng nghe, không có nhiều các ấn bản về sách luật có thể sửa chữa được điều đó. Những khủng hoảng như thế đơn giản là phản tác dụng, và Giáo Hội đã có quá nhiều đến tận cổ các sách về lề luật.

Thay vì tự trách mình thiếu kỹ năng để thuyết phục, và thiếu sự năng động trong cơ cấu mục vụ của Giáo Hội để rao giảng Tin Mừng trong một bầu khí văn hóa luôn thay đổi, hàng giáo sĩ vẫn có xu hướng trách cứ giáo dân rằng họ thiếu đức tin và nền văn hóa của giáo dân là sự tục hóa và thuyết tương đối về đạo đức.

Thay vì trách cứ những người khác, cách tiếp cận tốt nhất là hàng giáo sĩ phải thừa nhận rằng vấn đề chính có

163

thể là phong cách sống, những lỗi lầm của họ cũng như việc họ thiếu năng lực tạo ảnh hưởng lên những người khác. Thay vì nhìn ra *xung quanh* để tìm giải pháp, có lẽ hàng giáo sĩ nên nhìn *vào bên trong*. Những người linh hướng được chỉ định cần phải trở thành những người linh hướng chân chính.

Do tính chất các linh mục được chuẩn bị để lãnh nhận tác vụ, nên họ có khuynh hướng khẳng định mình trong tương quan với cơ chế, do đó họ đề cao cơ chế trong đời sống của họ. Họ nắm việc lãnh đạo nhờ được giáo dục về thần học, có những quan hệ mở rộng với các Giám mục và các Linh mục bạn, nhờ lòng trung thành với cơ chế mà mục tiêu là quản trị bộ máy tổ chức và nhân sự nên họ hoàn toàn xa lạ với kinh nghiệm của những người phục vụ. Những chương trình làm việc của các Giám mục, các Linh mục, các chủng sinh và cả các Phó tế vĩnh viễn và những nhân viên làm việc cho Giáo Hội thường không phải là chương trình làm việc của giáo dân.

Những người trong đời sống phục vụ có một chương trình làm việc khác. Một cách tiêu biểu, họ bận rộn với những vấn đề của đời sống hàng ngày: sinh, chết, bệnh, tranh cãi và hòa giải, đến với tình yêu và ra khỏi tình yêu, tiếp khách và tạm biệt, gánh vác đời sống của mình và của gia đình mình. Họ cũng bị rối trí và phá hủy bởi nền văn hóa đại chúng của Mỹ.[72]

Bởi sự phân cách này nhiều giáo dân thường nghĩ dẫu sao các Linh mục cũng là những người được ưu tuyển vì sự đào tạo của họ, họ tách biệt tinh tế vì những tương quan ban đầu của họ thường ở một nơi khác, và họ tương đối khó hiểu hay buồn tẻ vì lòng trung thành của họ đối với cơ cấu. Nhiều Linh mục có xu hướng gạt bỏ những nguyện vọng và ý kiến của giáo dân khi họ đã quá tận tụy với những mục tiêu của cơ chế hay của chính họ. "Một sự lãnh đạo hiệu quả và sinh ích sẽ xuất hiện từ việc tiếp xúc thường xuyên với trung tâm đời sống ở đó các tín hữu sống, với những kinh nghiệm căn bản và những phong cách lãnh đạo mà họ chia sẻ."[73]

Bất chấp những sự xung đột của các tiêu điểm, Linh mục được phong chức và được gởi đến để kêu gọi nhiều người hoán cải đời sống trong Đức Giêsu Kitô và để gợi hứng, hướng dẫn và đồng hành với họ trong nỗ lực chọn lấy những ơn và những yêu sách trong tương quan với Thiên Chúa, khi mà tín hữu khát khao những gì các Linh mục phải mang lại và chờ đợi các Linh mục chỉ cho họ con đường có ý nghĩa lớn hơn, niềm hy vọng có ý nghĩa sáng sủa hơn và sự bình an sâu xa hơn. Đó là điều thiếu sót mà các người làm linh hướng hiệu quả cần phải bổ sung, vì dân Chúa đã biết điều mà Thiên Chúa muốn là chúng ta được nên thánh (x. Híp-ri 10:10).

Trong một ý nghĩa có thực và chắc chắn, Linh mục giáo xứ nào muốn trở thành một người linh hướng hiệu quả cần phải vượt qua xu hướng làm sa sút do việc đào tạo tách biệt. Ông cần nhận biết trong đường hướng rất thực tiễn rằng ông được gọi từ giáo dân, sống giữa giáo dân để phục vụ những nhu cầu của họ. Để trở thành một người linh hướng hiệu quả, ông cần chuyển từ chương trình làm việc tập trung vào cơ chế qua chương trình làm việc của những người mà ông phục vụ, đến những "sự vật thâm sâu bên dưới" như Gerard Manley Hopkins đã gọi họ.

"Linh mục không chỉ được đặt *trong nhà thờ* nhưng còn được đặt ở *mặt tiền của nhà thờ.*"[74] Vì ông "là người được giao phó nhiều nên sẽ bị đòi hỏi nhiều hơn" (Luca 12:48). "Một Linh mục phải có *lời* [logos], giúp ông giữ vững lý do cho cách sống của ông. Ông cũng phải có *luân lý* [ethos] tính chất đạo đức tinh tuyền để thuyết phục. Sau cùng ông phải có *lòng lân tuất* [pathos], khả năng cảm nhận, làm nhiều người cảm động từ kinh nghiệm của riêng ông."

Nếu một người không thể liên kết dễ dàng với nhiều người – đàn ông và đàn bà – chắc chắn người ấy sẽ không thành công trong chức Linh mục. Nếu ông có những vấn nạn truyền thông nghiêm trọng với những người khác, thì hậu quả vẫn thế. Tương tự thiếu sót sự trưởng thành tâm sinh lý lành mạnh để nâng đỡ ân sủng của đời sống độc thân sẽ dẫn đến một đời sống bất hạnh ở phía trước. Nếu ông không thể hiểu quyền bính như sự sáng suốt để cộng tác thì một đời sống xung đột với những bề trên và với những người ông phục vụ sẽ chờ ông phía trước. Kinh nghiệm đức tin thiếu sót của ông dẫn ông đến những cực đoan của quan điểm tục hóa hay quan điểm bảo thủ, vai trò lãnh đạo trong tư cách Linh mục của ông sẽ bị thiếu sót nghiêm trọng."[75]

Trong một xã hội mà trở thành người tiêu thụ là một khẳng định đầu tiên về mình, thì Linh mục phải biết xoay xở như thế nào để trở nên một người canh tân, một người năng động có trí tưởng tượng, để lôi kéo, đi từ quan điểm đến những chi tiết được thực hiện.[76]

"Đời sống trong chủng viện che giấu nhiều sáng kiến và năng lực và những cách giải quyết mà xung đột cần có… cũng như số lượng những nỗ lực tinh thần và thực tiễn mà việc nâng đỡ giáo xứ và các tác vụ đòi hỏi… Vì thế thách thức mà các chủng viện đối mặt là phải đưa thêm thực tại vào trong các cơ chế đó…"[77]

166

# Danh mục sách tham khảo

Abbott, Walter M., SJ, ed. The Documents of Vatican II. New York: Guild Press, 1966.

Aschenbrenner, George A. SJ. Quickening the Fire in Our Midst: The Challenge of Diocesan Priestly Spirituality. Chicago: Loyola, 2002.

St. Augustine, In Jo.ev. 5, 15: PL 35, 1422.

Bennis, Warren. Why Leaders Can't Lead. San Francisco: Jossey Bass, 1989.

Biber, Rev. Jay. "Preparing Seminarians for an Emerging Paradigm of Priestly Leadership." Seminary Journal (Spring 2003): 48.

Blackaby, Henry and Richard. Spiritual Leadership: Moving People on to God's Agenda. Nashville, TN: Broadman and Holman Publishers, 2001.

Bleichner, Howard P. SS. View from the Altar. New York: Crossroads Publishing, 2004.

St. Bonaventure. The Character of a Christian Leader (originally entitled The Six Wings of the Seraph). Translated by Philip O'Mara. Ann Arbor, MI: Servant Books, 1978.

Catechism of the Catholic Church. 2nd edition. Washington, DC: USCCB, 2000.

Christus Dominus. In The Documents of Vatican II, edited by Walter M. Abbott, SJ; translation editor: Msgr. Joseph Gallagher. New York: Guild Press, 1966.

Code of Canon Law. Washington DC: Canon Law Society of America, 1999.

Collins, Jim. Good to Great. New York NY: Harper Collins, 2001.

Congregation of the Clergy. Directory for the Life and Ministry of Priests. Vatican City: Libreria Editrice Vaticana, 1994.

The Priest and the Third Christian Millennium, Teacher of the Word, Minister of the Sacraments, and Leader of the Community. Washington, DC: USCCB, 1999.

Coulter, Reverend Gary. "The Presbyterium of the Diocese." Homiletics and Pastoral Review. San Francisco, CA: Ignatius Press, 1905.

Cozzens, Donald B. "The Spirituality of a Diocesan Priest." In Being a Priest Today, edited by Donald J. Goergen. Collegeville, MN: Liturgical Press, 1992.

Dei Verbum. In The Documents of Vatican II, edited by Walter M. Abbott, SJ; translation editor: Msgr. Joseph Gallagher. New York: Guild Press, 1966.

Dent, J. M. The Scottish Himalayan Expedition. London, 1951.

Fowler, James W. Stages of Faith: The Psychology of Human Development and the Quest for Meaning. San Francisco: Harper and Row, 1982.

Gaudium et Spes. In The Documents of Vatican II, edited by Walter M. Abbott, SJ; translation editor: Msgr. Joseph Gallagher. New York: Guild Press, 1966.

St. Gregory the Great. "Pastoral Care." In Ancient Christian Writers: The Works of the Fathers in Translation, No. 11, translated and annotated by Henry Davis, S.J. New York, NY: Newman Press, 1978.

St. Gregory of Nazianzus. Select Orations, Sermons, Letters; Dogmatic Treatises. In Nicene and Post-Nicene Fathers. Grand Rapids, MI: Eerdmans, 1955.

Heher, Rev. Michael. The Lost Art of Walking on Water: Re-imagining the Priesthood. Mahwah: NJ: Paulist Press, 2004.

St. Ignatius of Antioch. First Epistle to the Ephesians. In Kleist, James A., The Epistles of St. Clement of Rome and St. Ignatius of Antioch. Mahwah, NJ: Paulist Press, 1946.

Jackson, W. Carroll. God's Potters: Pastoral Leadership and the Shaping of Congregations. Grand Rapids, MI: Eerdmans, 2006.

John Paul II. Apostolic Exhortation "Pastores Dabo Vobis." Libreria Editrice Vaticana, 1992.

Jones, L. Gregory and Kevin R. Armstrong. Resurrecting Excellence: Shaping Faithful Christian Ministry. Grand Rapids, MI: Eerdmans, 2006.

Kasper, Walter Cardinal. Leadership in the Church: How Traditional Roles Can Serve the Christian Community Today. Translated by Brian McNeil. New York, NY: Crossroad Press, 2003.

Leavett, Rev. Robert SS. "The Formation of Priests for a New Century." Seminary Journal, no. 3 (2002).

Lumen Gentium. In The Documents of Vatican II, edited by Walter M. Abbott, J. Translation editor: Msgr. Joseph Gallagher. New York: Guild Press, 1966.

Moorman, William, OSST. Response to J. Edward Owens, OSST, "Inside/Outside the Camp: Places of Encounter." Human Development 27, no. 2 (2006): 36-67.

O'Donnell, Rev. Desmond, OMI. "The Anatomy of a Vocation." Seminary Journal, NCEA (2003): 75-79.

Papesh, Michael. Clerical Culture. Collegeville, MN: Liturgical Press, 2004.

Paul VI. Encyclical Letter "Ecclesiam Suam." Vatican City: Libreria Editrice Vaticana, 1964.

Peck, M. Scott, MD. The Different Drum: Community and Peacemaking. New York: Simon and Schuster, 1987.

Philibert, Paul J., OP. Stewards of God's Mysteries: Priestly Spirituality in a Changing Church. Collegeville MN: Liturgical Press, 2004.

Pontificale Romanum. De Ordinatione Episcopi, Presbyterorum et Deaconorum, Chapter II, nn 105, 130. Edition Typica Altera, 1890.

Presbyterorum Ordinis. In The Documents of Vatican II, edited by Walter M. Abbott, SJ. Translation editor: Msgr. Joseph Gallagher. New York: Guild Press, 1966.

The Record. Archdiocese of Louisville, June 16, 2006.

Rosetti, Stephen J. The Joy of Priesthood. Notre Dame: Ave Maria Press, 2005.

Sacrosanctum Concilium. In The Documents of Vatican II, edited by Walter M. Abbott, SJ; Translation editor: Msgr. Joseph Gallagher. New York: Guild Press, 1966.

Sanders, J. Oswald. Spiritual Leadership: Principles of Excellence for Every Believer. Chicago: Moody Press, 1967, 1980, 1994.

Schuth, OSF. Priestly Ministry in Multiple Parishes. Collegeville, MN: Liturgical Press, 2006.

Shaw, (George) Bernard. Man and Superman: Dedicatory Epistle to Arthur Bingham Walkley. New York: Brentano's, c1903.

Tabb, Mark. Mission to Oz. Chicago, IL: Moody Publishing, 2004.

Unitatis Redintegratio. In The Documents of Vatican II, edited by Walter M. Abbott, SJ; Translation editor: Msgr. Joseph Gallagher. New York: Guild Press, 1966.

United States Conference of Catholic Bishops. The Basic Plan for the Ongoing Formation of Priests. Washington, DC: USCCB.

Warren, Rick. The Purpose Driven Church. Grand Rapids, MI: Zondervan, 1995.

Waznak, Robert P. SS. "Homily." In The New Dictionary of Sacramental Worship, edited by Peter E. Fink SJ. Collegeville, MN: Liturgical Press, 1990.

Wills, Garry. Certain Trumpets: The Call of Leaders. New York NY: Simon & Schuster, 1994.

# Chú thích

[1]Donald B. Cozzens, "The Spirituality of a Diocesan Priest," Trở thành một linh mục hôm nay, Donald J. Goergen, ed. (College ville, MN: Liturgical Press, 1992), 51.

[2] Báo The Record, Tổng Giáo Phận Louisville, 16 tháng sáu, 2006.

[3] Thánh Grêgôriô Cả, "Chăm sóc Mục vụ" trong Các Văn sĩ Ki-tô giáo Thượng cổ: Bản dịch các Tác phẩm Giáo Phụ, số 11 Henry David (NY: Newman Press, 1978), 21.

[4] Đức Ông Desmond O' Donnell, OMI, "The Anatomy of a Vocation, " Nhật bào Chủng Viện (mùa đông 2003) 75-79.

[5] Warren Bennis, Tại sao các Lãnh tụ không thể lãnh đạo (San Francisco: Jossey Bass, 1989) 36, được trích dẫn trong Henry và Richard Blackaby, Linh đạo: Moving People on to God Agenda (Nashville, TN. Broadman & Holman, 2001), số 2.

[6] Moorman, William OSST, Trả lời cho Edward Owens OSST, "Inside /Outside the Camp: Places of Encounter," Phát triển Con người 27, số 2 (2006), 36-67.

[7] Thánh Grêgôriô Cả, "Chăm Sóc Mục Vụ," 23-24.

[8] Như trên, 27-28.

[9] Như trên, 41-54.

[10] Thánh Grêgôriô Nadarian, "Orations" trong tuyển tập các lời cầu nguyện, các bài giảng, thư từ; các luận văn tín điều: Nicene and Post-Nicene Fathers. Grand Rapids, MI: Eerdmans, 1955), 39.

[11] Howard P. Bleichner SS, View from the Altar (New York: Crossroad, 2004), 63.

[12] Thánh Grêgôriô Cả, "Chăm Sóc Mục Vụ," 45-48.

[13] Trong chương này chúng tôi dựa vào những hiểu biết thấu đáo trong cuốn sách của J. Oswald Sanders, Spiritual Leadership: Priciples of Excellence for Every Believer, (Chicago: Moody, 1967, 1980, 1994) và phiên bản của nó: Henry và Richard Blackaby, Spiritual Leadership: Moving People on to God's Agenda, (Nashville, TN: Broadman and Holman Publishers, 2001).

[14] Thánh Bônaventura, The Character of a Christian Leader, nhan đề đầu tiên The Six Wings of the Seraph, Philip O'Mara dịch (Ann Arbor, MI: Servant Books 1978), 4-7.

[15] Trích dẫn trong J. M. Dent, The Scottish Himalayan Expedition (London: 1951).

[16] (George) Bernard Shaw, Con Người và Siêu Nhân: Thư gởi Arthur Bingham Walkley (New York: Brentano's, c1903).

[17] Unitatis Redintegratio, Walter M. Abbott SJ, ed. Tài Liệu Công Đồng Va-ti-ca-nô II (New York: Guild Press, 1966).

[18] Gioan Phao-lô II, Tông Huấn "Pastores Dabo Vobis" (Libreria Editrice Vaticana, 1992), số 69.

[19] Presbyterorum Ordinis in Abbot, Tài Liệu Công Đồng Vaticanô II, các số 7-8.

[20] Xem GM Gary Coulter, "The Presbyterium of th Diocese," trong Tạp chí Homilitics and Pastoral (San Francisco), CA; Ignatius Press, 1905).

[21] Hội Nghị các Giám Mục Công Giáo Hoa Kỳ, Kế hoạch nền Tảng để Đào Tạo các Linh Mục (Washington DC: ESCCB, 2001), 97.

[22] Potificale Romanum, De Ordinatione Episcopi, Presbyter-orum et Deaconorum, Chater II, các số 105, 130; Presbyterorum Ordini, số 8.

[23] Bộ Giáo Sĩ, Hướng dẫn đời sống tác vụ các Linh mục (Thành Phố Vatican 1994), số 27.

[24] Presbyterorum Ordinis in Abbot, Tài Liệu Công Đồng Vaticanô II, số 6.

[25] Hội Nghị các Giám Mục Công Giáo Hoa Kỳ, sự Đào Tạo Tiếp Tục các Linh Mục, 93. .

[26] Gioan- Phaolô II, Pastores Dabo Vobis, số 16

[27] Hội Nghị các Giám Mục Công Giáo Hoa Kỳ, sự Đào Tạo Tiếp Tục các Linh Mục, 97-98.

[28] Thánh I-nha-xi-ô thành An-ti-ô-kha, Ê-phê-xô 4:1.

[29] Gioan- Phaolô II, Pastores Dabo Vobis, số 28.

[30] Như trên.

[31] Như trên.

[32] Như trên.

[33] Như trên..

[34] Lumen Gentium in Abbott, Tài Liệu của Công Đồng Vaticanô II

[35] Giáo Lý của Giáo Hội Công Giáo, xuất bản lần 2 (Whashington, DC: USCCB, 2000), số 1534.

[36] Presbyterorum Ordini trong Abbot, Tài Liệu Vaticanô II.

[37] Bộ Giáo Sĩ, Linh mục và Thiên Niên Kỷ Thứ Ba, Thầy dạy Lời, Thừa Tác Viên các Bí Tích, và Người Hướng Dẫn Cộng Đoàn (Washington, DC: USCCB, 1999), 36.

[38] Phaolô VI, Tông Thư Ecclesiam Suam, 1964.

[39] Presbyterorum Ordinis trong Abbott, Tài Liệu Công Đồng Vaticanô II, số 4.

[40] Thánh Grêgôriô Cả, Chăm Sóc Mục Vụ.

[41] Như trên.

[42] Presbyterorum Ordinis trong Abbott, Tài Liệu Công Đồng Vaticanô II, số 4.

[43] Như trên.

[44] Dei Verbum trong Abbott, Tài Liệu Công Đồng Vaticanô II, số 21.

[45] Gaudium et Spes trong Abbott, Tài Liệu Công Đồng Vaticanô II, số 62.

[46] Gioan –Phaolô II, Pastores Dabo Vobis, số 26.

[47] George Herbert.

[48] Tiết này lấy từ một mục từ "Bài giảng" của Robert P. Waznak SS trong The New Dictionary of Sacramental Worship, nxb Peter E. Fink SJ (Collegeville, MN: Liturgical Press, 1990), 552-558.

[49] Sacrasanctum Concilium trong Abbot, Tài Liệu Công Đồng Vaticanô II, số 11.

[50] Thánh Auguttinô trong Jo.ev. 5,15 : PL 35, 1422.

[51] Sacrasanctum Concilium trong Abbot, Tài Liệu Công Đồng Vaticanô II, số 11.

[52] Như trên.

[53] Như trên, số 14.

[54] Presbyterorum Ordinis trong Abbott, Tài Liệu Công Đồng Vaticanô II, số 5.

[55] Gioan-Phaolô II, Pastores Dabo Vobis, số 17.

[56] Cộng Đoàn các Giáo sĩ, Linh Mục và Thiên Niên Kỷ Thứ ba, 35-36.

[57] Như trên.

[58] Presbyterorum Ordinis trong Abbott, Tài Liệu Công Đồng Vaticanô II, số 9.

[59] Bộ Giáo Luật (Washington DC: Hiệp Hội Giáo Luật Mỹ, 1999) số 545.

[60] Presbyterorum Ordinis trong Abbott, Tài Liệu Công Đồng Vaticanô II, số 8.

[61] Gioan Phaolô II, Pastores Dabo Vobis.

[62] Presbyterorum Ordinis trong Abbott, Tài Liệu Công Đồng Vaticanô II, số 9.

[63] M. Scott Peck , The Different Drum: Community and Peacemaking (New York: Simon and Schuster 1987), 186-200.

[64] James W. Fowler, Stages of Faith: The Psychology of Human Development nad the Quest for Meaning (San Francisco: Harper and Row, 1982).

65 Bleichner, View from the Altar, 159.

[66] Christus Dominus trong Abbott, Tài Liệu Công Đồng Vaticanô II, số 31.

[67] Hội nghị các Giám mục Công giáo Mỹ , Kế hoạch Cơ bản để Đào tạo liên tục các Linh mục (Washington, DC: USCCB, 2001), 72.

[68] Bleichner, View from the Altar, 58.

[69] Giáo Lý của Giáo Hội Công Giáo, số 1535.

[70] Alexander Pope.

[71] Mark Tabb, Mission to Oz (Chicago, IL: Moody, 2004).

[72] Michael Papesh, Clerical Culture (Collegeville, MN: Liturgical Press, 2004), 74-75.

[73] Gm. Jay Biber, "Preparing Seminarians for an Emerging of Priestly Leadership," Seminary Journal (Spring 2003), 47.

[74] Gioan Phaolo II, Pastores Dabo Vobis, số 16.

[75] O' Donnell, "The Anatomy of a Vocation," 75-79.

[76] Biber, "Preparing  Seminarian," 48.

[77] Robert Leavett, SS, "The Formation of Priests for a New Centery," Seminary Journal (Fall 2002), 15.

174

www.ingramcontent.com/pod-product-compliance
Lightning Source LLC
Chambersburg PA
CBHW052004090426

42741CB00008B/1549